INSIGHT PUBLICA®

Nadakkavu, Kozhikode, Kerala
Tel:0495–4020666
www.insightpublica.com
e-mail: insightpublica@gmail.com
Palakalangalil Oru Poovu
(Malayalam Poems)
OP Suresh
Ist Insight Edition: July 2016
IIIrd Insight Edition: March 2018
ISBN 978-93-85899-23-2

Printed and Published by
InsightinPublica Printers & Publishers Pvt Ltd.

പലകാലങ്ങളിൽ ഒരു പൂവ്

ഒ.പി സുരേഷ്

INSIGHT PUBLICA®

മലപ്പുറം ജില്ലയിലെ എടവണ്ണപ്പാറയ്ക്കടുത്ത ചീക്കോട് ആണ് സ്വദേശം. ഒ.പി. നാരായണൻ– തങ്ക ദമ്പതികളുടെ മകൻ. *വെറുതെയിരിക്കുവിൻ* എന്നൊരു കവിതാസമാഹാരം കൂടി പ്രസിദ്ധീകരിച്ചിട്ടുണ്ട്. ഇപ്പോൾ കോഴിക്കോട്ട് താമസം.

ഒ.പി സുരേഷ്

ഉള്ളടക്കം

അവതാരിക
കൊന്നിട്ടും ചാവാത്ത ഉശിരൻ വാക്ക്
കെ.ഇ.എൻ

അക്കപൂജ 17
ഏകം 19
കാ.....കാ..... 21
സൗമ്യം 23
വേനൽ സഖാക്കൾ 24
ടെണ്ടർ 26
കേരളം വളരുന്നു 27
ഉഭയസമ്മതം 29
നടത്തം 30
കുട്ടികളാവാതെ മുതിരരുത് 31
വലുപ്പം 32
പിറ്റേന്ന് 33
രഹസ്യം 35
ഭൂമിശാസ്ത്രത്തിലെ ഭൂമി 36
തുറന്ന വഴികൾ 38
രാഗം കിശോരി 40
കൂടുമാറ്റം 42
പല കാലങ്ങളിൽ ഒരു പൂവ് 43
45 പ്രണയാൽ
46 യേസ്, യുവർ ഓണർ
47 ഒഴിഞ്ഞ പാത്രങ്ങൾ ഒച്ചയുണ്ടാക്കുമ്പോൾ
49 എഡിറ്റിംങ് ടേബിളിൽ
51 ഖരം ദ്രവം
52 ഫോക്കസ് തെറ്റിയ ഛായചിത്രങ്ങൾ
54 വെളിപ്പെടൽ
55 ഒറ്റ പ്രാർത്ഥന
56 അഭിമുഖം
58 പരസ്പരം
59 മതിമേഖല
61 കനലു കായുന്ന ഹൃദയം
63 മച്ചിക്കടൽ
64 കഠിനം
65 പാമ്പാട്ടി
66 പ്രണയ മൃഗങ്ങൾ
68 നിഴൽനൃത്തം

കൊന്നിട്ടും ചാവാത്ത ഉശിരൻ വാക്ക്

കെ.ഇ.എൻ

'പല കാലങ്ങളിൽ ഒരു പൂവ്', 'വെറുതെയിരിക്കുവിൻ' എന്നിങ്ങനെ കാവ്യസമാഹാരങ്ങൾക്ക് പേര് നൽകുകവഴി സ്വന്തം കാവ്യ സമീപനങ്ങളെ അനുഭൂതി സാന്ദ്രമായി സംഗ്രഹിക്കുകയാണ് ഒ.പി സുരേഷ് ചെയ്തിരിക്കുന്നത്. 'സൗഹൃദത്തിന്റെ ശക്തീഗീത'മെന്നോ, 'ഒന്നും ഒന്നുമല്ലെന്ന' ദർശനസൂക്ഷ്മതയെന്നോ, അഗാധതകളുമായുള്ള അഭിമുഖമെന്നോ വ്യത്യസ്തതകളുടെ സംഘനൃത്തമെന്നോ വിശേഷിപ്പിക്കാവും വിധം സ്വയം സ്വതന്ത്രമായിരിക്കാനുള്ള ഒരിച്ഛയാണ് ഒ.പി സുരേഷിന്റെ കവിതകളിൽ അനുഭവപ്പെടുന്നത്. ഒന്നായിരിക്കെ പലതായി മാറാൻ കഴിയുന്ന കാഴ്ചകളിലേക്കാണത് കണ്ണുതുറന്നിരിക്കുന്നത്. സമൃദ്ധിയുമായുള്ള സംവാദങ്ങളെക്കാൾ ഏതോ 'ശൂന്യത' കളെ അത് സ്വപ്നം കാണുന്നതായി തോന്നുന്നു. 'ഒന്നുമില്ല ഒന്നുമില്ല, മീതെ പകച്ചേ നിൽക്കമെംബരം മാത്രം' എന്ന് ആർ. രാമചന്ദ്രനെഴുതുമ്പോൾ, ആ പകച്ചു നിൽക്കുന്ന ആകാശം സർവവുമായി തീരുംപോലുള്ള ഒരു 'ശൂന്യത'യാണ് ഒ.പി കവിതകളിൽ സമകാലീനതയുമായുള്ള സംവാദങ്ങൾക്കിടയിൽപോലും നിറയുന്നത്. വെറുമൊരു ഇല്ലാത്ത 'ഇല്ലായ്മയെയല്ല' ഇല്ലായ്മകളുടെ' ഉൺമയെയാണത് ആവിഷ്കരിക്കുന്നത്. അനുഭവമാകുന്നതിനെപ്പോലും പ്രതിരോധിക്കുന്ന ഒരു 'ഇല്ലായ്മയെ'. അനുഭൂതിയാക്കുന്ന ഭാവനാ വിസ്മയങ്ങളിൽ വെച്ചാണ് അദൃശ്യങ്ങളുടെയും അദൃശ്യം എന്ന് വിളിക്കാവുന്ന 'ശൂന്യത' ഒ.പി കവിതകളുടെ സാധ്യതയാവുന്നത്. പ്രത്യക്ഷ, പരോക്ഷ ബന്ധങ്ങൾക്കപ്പുറം സാധ്യമാവുന്ന ഒരു 'സാങ്കൽപ്പികബന്ധം' നിർമിച്ചെടുക്കുന്ന ബന്ധപ്പെരുപ്പങ്ങളുടെ ലോകങ്ങളിൽ വെച്ചാണ്, ശൂന്യത-സൗഹൃദ കവിതകൾ ഉണ്ടാവുന്നത്.

സൗഹൃദത്തിന് 'ശുശ്രൂഷിക' എന്ന വിചിത്ര പേര് നൽകിയത്

വൈലോപ്പിള്ളിയാണ്. ഒറ്റക്കല്ലാതിരിക്കുമ്പോഴും 'ഒറ്റക്ക് ജീവിച്ച' വൈലോപ്പിള്ളിയാണ്. 'പഥ്യമാംവാക്കാൽ, അത്മസ്പർശിയാംഭാവങ്ങളാൽ/ ഹൃദ്യമാം സംഗീതത്താൽ/ സത്യത്തിൽ മരുന്നാലും/ അകമേ പരിണാമം വരുത്തി സ്വാസ്ഥ്യം നരർക്കരുളാൻ കവിതപോൽമറ്റുണ്ടോ ശുശ്രൂഷിക' എന്ന്, ഏതോ 'ശൂന്യതാനന്ദ' വേളയിൽ എഴുതിപ്പോയത്. 'ഏകാന്തത'യുമായി ആഴത്തിൽ സംവദിച്ച ഏതർഥത്തിലും മലയാള കവിതയിലെ ഒരു ഗംഭീര വഴിത്തിരിവായി വളർന്ന ആശാൻപോലും, 'നരജീവിതമായ വേദനക്ക്' കുട്ടികളെയാണ് ഔഷധമായി കണ്ടത്. എന്നാൽ 'വാക്കുകൾ കൂട്ടിച്ചൊല്ലാൻ വയ്യാത്ത ദൈവജ്ഞരല്ലോ നിങ്ങൾ' എന്ന് കുട്ടികളെ വാഴ്ത്തിയ വൈലോപ്പിള്ളി, ഏതോ ഒരദൃശ്യ 'ശുശ്രൂഷിക'യെയാണ് ജീവിതാന്ത്യംവരെ തിരഞ്ഞത് ! ഒ.പി, കുമാരനാശാനെയും വൈലോപ്പിള്ളിയെയും തന്റെ കാവ്യങ്ങളിൽ അനുഭവിക്കുമ്പോഴും അദ്ദേഹം ആഴത്തിൽ അനുഭൂതിപ്പെടുന്നത് വൈലോപ്പിള്ളിയോടാണ്. ആ 'വെറുതെയിരിക്കുവിൻ' എന്ന കവിതക്ക്, ആത്മബന്ധം വൈലോപ്പിള്ളിയുടെ പ്രശസ്തമായ കുട്ടിതേവാങ്കിനോടാണ്. 'ഒന്നാകെ തിരക്കാണു ലോകത്തിൽ,/ഈ ലോകത്തെ നന്നാക്കിച്ചിപ്പീല ഞാൻ/ സ്വയം നന്നാകാനും' എന്ന് തുറന്നടിക്കുന്ന ഈ കുട്ടിതേവാങ്ക്, പ്രത്യക്ഷത്തിൽ ആർക്കും തോന്നാവുന്നതുപോലെ ഒരു പിന്തിരിപ്പനല്ല! 'ഞാനൊരു കുട്ടിത്തേവാ-ങ്കെന്റെ മേൽപ്പതിക്കൊല്ലേ/ ഭാനുമൽക്കരങ്ങളും നിങ്ങടെ നോട്ടങ്ങളും' എന്നുള്ളത് ആരോടുമുള്ള അതിന്റെ ആജ്ഞയല്ല.'നിങ്ങൾ തൻ പ്രബുദ്ധാനുഭൂതികളേക്കാൾ, നിദ്രയിങ്കൽ ഞാൻ കാണും കാവ്യ സ്വപ്നങ്ങൾ...' പവിത്രം എന്ന ആ പാവം കുട്ടിതേവാങ്കിന്റെ ആത്മഗതം 'കണക്കുകൾ' മാത്രം കൊഴുത്തുതടിക്കുന്നു ഒരു ലോകത്തോടുള്ള കണക്കുതീർക്കലാണ്. 'തീറ്റ' ഒരേയൊരു ജീവിത തത്വശാസ്ത്രമാക്കിയവരോട്, 'ഇത്തിരി ഭക്ഷിണം വല്ലതും/ അതേ സൊല്ല്' എന്ന ഒരു കുട്ടിതേവാങ്കിയൻ പ്രതികരണമാവണം. ഒരു പക്ഷേ 'തിന്നാവു പരസ്യം' പൊളിക്കുന്ന ആദ്യനയ പ്രഖ്യാപനങ്ങളിൽ ഏറെ ശ്രദ്ധേയമായത്.! 'അഡ്വർട്ടൈസിങ്ങിനെതിരെ' മലയാളം നിർമിച്ച ഒരു കിടിലൻ 'സബ്‌വർടൈസിങ്!'

'കവിത'യായി തീരേണ്ട ഒരു ജീവിതത്തെ വെറും കണക്കാക്കി തീർക്കുന്ന ഏകധ്രുവലോകക്രമത്തിന്റെ അധിനിവേശ ജീവിതയുക്തികളാണിവിടെ അക്രമണ വിധേയമാവുന്നത്. 'നിർദയമാകും പാരിൽ/ നിദ്ര ചെയ്‌വതേ സൗഖ്യം' എന്ന കുട്ടിതേവാങ്കിന്റെ ജീവിത തത്വശാസ്ത്രത്തെ, മനുഷ്യപ്പറ്റിനെതിരെ പത്തിവിടർത്തിയ 'പണിപ്പറ്റി' നെതിരായ സമര മാനിഫെസ്റ്റോയായി മനസ്സിലാക്കുമ്പോഴാണ് ഒ.പി യുടെ 'വെറുതെയിരിക്കുവിൻ' എന്ന കവിത നിസ്സഹായതയെ കരുത്താക്കി മാറ്റുന്ന, ഒരാത്മ പ്രതിരോധമായി തീരുന്നത്. പൗരജീവിതത്തിന്റെ വേനലുകൾക്കിടയിലും വറ്റിപ്പോവാത്ത ഒരു ഉണർവിന്റെ, ഉറവയിൽ നിന്നാണ് 'വെറുതെയല്ലാത്ത', 'വെറുതെയിരിക്കലുകൾ' രൂപം കൊള്ളു

ന്നത്. 'ഒന്നുവെച്ചാൽ രണ്ടും...', 'നറുക്കെടുപ്പ്', 'ബ്ലേഡ് പലിശയും നൃത്തം വെക്കുന്നു', 'വെറുപ്പ് ലോക' ങ്ങളെയാണ് 'വെറുതെയിരിക്കുവിൻ' എന്ന ഒ.പി കവിത വെല്ലുവിളിക്കുന്നത്.

'വേഗതയെക്കാളും വേഗത്തിലോടുന്ന
ഘോരഹാരങ്ങൾതൻ പന്തയലോകത്ത്
മെല്ലെനടപ്പും വെറുക്കനെ നിൽക്കലു-
മെത്രയുമുത്തമം, സംതുലനം സദാ...

(വെറുതെയിരിക്കുവിൻ). വിപണി ദേവാലയവും ചൂതാട്ടം പ്രാർത്ഥനയും ലാഭം മോക്ഷവുമായി മാറുന്ന ഒരു കാലത്തിന്റെ ഇരുൾമടക്കുകളിലേക്ക് അതിന്റെ പ്രഭാപരണങ്ങളിൽ പൊള്ളിക്കൊണ്ടൊരാൾ കടക്കുമ്പോഴാണ്. 'വെറുതെയിരിക്കുവിൻ' പോലുള്ള കവിതകൾ ഉണ്ടാവുന്നത്. 'ആർത്തിതൻ ഖജനാവു വീർപ്പിക്കുവാൻ മാത്രം/ യന്ത്രങ്ങളായ് മാറുമെല്ലാ മനുഷ്യരും...' എന്ന ഇരുണ്ട കണ്ടെത്തലിൽ വെച്ചാണ്, 'വെറുതെയിരിക്കുവിൻ'എന്ന കവിത ഒരു കമ്പോള കാലത്തിനെതിരെയുള്ള ജ്വലിക്കുന്ന കലഹമാവുന്നത്.

'അക്കപൂജ' എന്ന കവിത (പല കാലങ്ങളിൽ ഒരു പൂവ് എന്ന സമാഹാരം) ഏതർഥത്തിലും ആ കമ്പോളകാലത്തിന്റെ ആത്മാവാണ്. ആത്മാവില്ലാത്ത കോർപ്പറേറ്റുകളുടെ ആത്മാവായി പ്രവർത്തിക്കുന്ന മൂലധന പരസ്യങ്ങളുടെ ലോകമാണ്, തൂവലുകൾ കൊഴിച്ച്, കിരീടം അഴിച്ച് വെറുമൊരു 'അക്കപൂജ'യുടെ 'അസ്ഥിക്കൂട്' ദൃശ്യമായി ആവിഷ്കൃതമായിരിക്കുന്നത്. അമാംസളവും അനലംകൃതവുമായ ഈ കവിത, ചുരുങ്ങിച്ചുരുങ്ങി കടുക് മണിയോളം ചെറുതാവാനും വളർന്ന് വളർന്ന് ഭൂഗോളത്തോളം വലുതാവാനും കഴിയുന്ന ഒരു ചൂഷണവിരുതിന്റെ ചുരുക്കമാണ്. കൃത്യതകൾക്കിടയിലെ, കൃത്യതയില്ലായ്മകളെയാണ്. വിനിമയതൃപ്തിക്കിടയിലെ അസംതൃപ്തികളെയാണ് 'സൂക്ഷ്മശരിയെന്ന സത്യനിഗളിപ്പുകളിലെ കടുത്ത അനീതികളെയാണ് 'അക്കപൂജ' അടയാളപ്പെടുത്തുന്നത്. എന്തിനെയും വെറും 'എണ്ണം' മാത്രമാക്കുന്ന, അശാന്ത അന്വേഷണങ്ങളെപ്പോലും അക്കങ്ങളിലവസാനിപ്പിക്കുന്ന, വിൽക്കാനും വാങ്ങാനുമായി ഇനിയെന്തുണ്ട് ബാക്കിയെന്നലറുന്ന ഒന്നും ഒന്നും രണ്ടെന്ന്, രണ്ടെന്ന് മാത്രം ഉറപ്പിക്കുന്ന, എല്ലാറ്റിനും 'വില'യിടുകയും ഒന്നിന്റെയും 'മൂല്യം' മനസ്സിലാക്കാതിരിക്കുകയും ചെയ്യുന്ന, ഒരളിഞ്ഞ ലോകമാണ് 'അക്കപൂജ'യിൽ നഗ്നമാവുന്നത്. 'അടിയിലൂടെ കമ്പിപ്പാര കേറ്റിയ ഒരു വാക്ക്/ ആന്തരാർഥങ്ങൾ ഉടഞ്ഞുകലങ്ങി/ അതിജീവനത്തിനായ് ഐസിയുവിൽ' (അവസാനം) എന്ന സംഭ്രമിപ്പിക്കുന്ന സമകാലീന വാങ്മയസത്യം, 'അക്കപൂജ'ക്കുള്ള 'ഒരാദരാഞ്ജലി'യാണ്.!

ഒ.പി സുരേഷിന് കവിത പരപ്പുകളിൽ നിന്ന് ആഴങ്ങളിലേക്കുള്ള ഒരു എതിർനടത്തമാണ്. നിന്ന നിൽപ്പിൽത്തന്നെ ദീർഘയാത്രകൾ നിർവഹിക്കുന്ന ഒരുന്മത്തമാന്ത്രികതയാണ്. യുവകവികളോട് നിക്കാനോർപാറ നിർദേശിച്ചവിധം, അത് 'ഒഴിഞ്ഞ പേജിലൂടെ' യുള്ള സാഹ

സിക മുന്നേറ്റമാണ്.

സത്യത്തിൽ 'മൊണ്ടാഷ്' മിച്ചത്തിന്റെയല്ല, ക്ഷാമത്തിന്റെ കലയാണ്. ഒരു യുദ്ധകാല സംഭ്രാന്തി സൃഷ്ടിച്ച സൗന്ദര്യ സ്ഫോടനമായാണ് മുമ്പ് 'മൊണ്ടാഷ്' എന്ന എഡിറ്റിങ് നിലവിൽ വന്നത്. ഒരർഥത്തിൽ ഒ.പി സുരേഷിന്റെ കവിത 'മിച്ച'ത്തിനകത്തെ 'ക്ഷാമം' തന്നെയാണ് കണ്ടെടുക്കുന്നത്. ഇത്രയൊക്കെ സാധ്യതകൾക്കിടയിൽ, എങ്ങനെ ഇത്രയൊക്കെ പരിമിതികൾ, എന്നുകൂടിയാണത് വിഹ്വലമാവുന്നത്. 'റേഷൻ മനുഷ്യരുടെയും', 'ഇൻസ്റ്റോൾമെന്റ് സ്വപ്നങ്ങ'ളുടെയും ഡിജിറ്റൽ മാനസങ്ങളുടെയും ഒരു ലോകത്തിലേക്കുള്ള വാതിലുകളാണവൻ വലിച്ചുതുറക്കുന്നത്. 'വീണുകിടക്കുന്ന ഇലകളിൽ പറ്റിപ്പിടിച്ച ആകാശം', 'ഇറങ്ങിപ്പോവുന്ന കാട്', 'അകത്തും പുറത്തുമായ് കലമ്പും ഇരട്ട ജീവിതം', 'വിചാരശീലമാർജിക്കുന്ന യന്ത്രങ്ങൾ' തുടങ്ങി കവിതകളിലാകെ ദ്വന്ദ്വങ്ങളെന്ന് തോന്നാവുന്ന, എന്നാൽ ദ്വന്ദ്വങ്ങൾ മാത്രമല്ലാത്ത നിരവധി ഭാവസാന്ദ്ര പ്രയോഗങ്ങളുടെ സാന്നിധ്യം അതാണ് അനുഭവിപ്പിക്കുന്നത്.

പല രൂപങ്ങളിൽ പ്രത്യക്ഷമാവുന്ന 'പ്രകൃതി' തന്നെയാണ്, 'പന്തയലോകങ്ങളെ' പ്രതിരോധിക്കുന്നത്, പ്രകൃതി വെറും കാടും പുഴയും കുന്നുമല്ല, കണ്ണീരും കിനാവും മാറ്റവുമെല്ലാം ചേർന്ന, ദ്വന്ദ്വമായിരിക്കുമ്പോഴും ദ്വന്ദ്വം മാത്രമല്ലാതിരിക്കുന്ന, സങ്കീർണതയാണ്. ഒരേയൊരു 'പ്രകൃതി' എന്നതിനെക്കാൾ, പലതരം 'പ്രകൃതികളിലൂടെ' അവയുടെ പരസ്പര പ്രതികരണങ്ങളിലൂടെ സാധ്യമാവുന്ന, തിരിച്ചറിയുക അസാധ്യം പോലുമായ ഒരു ബൃഹദ് പാരസ്പര്യമായി, നാം നമ്മിലേക്കാഴ്ന്നിറങ്ങുമ്പോൾ, നമുക്കതിനെയും നമ്മെയും കുറെയൊക്കെ തിരിച്ചറിയാൻ കഴിയും. സർവകവികളും, അവർ യഥാർത്ഥത്തിൽ 'കവിയുമ്പോൾ' നിർവഹിക്കുന്നത് ഒരു തരത്തിലുള്ള പൊളിക്കലും പുതുക്കലുമാണ്. 'മടുപ്പിനെ' ഒരോ സമയം മറിച്ചിട്ടും മഹത്വപ്പെടുത്തിയും അവർക്ക് പല ലോകങ്ങളിൽ ഒരേകാലം പാർക്കാൻ കഴിയും. അധികാരത്തിന് അന്യമായതും സർഗാത്മകതക്ക് മാത്രം സാധ്യമായതുമായ, ഒരു ജീവിതത്തിലെ 'പല ജീവിത' സാധ്യതകളാണ്. 'പല കാലങ്ങളിൽ ഒരു പൂവ്' ആവിഷ്ക്കരിക്കുന്നത്. പ്രത്യക്ഷത്തിലത് 'പ്രശസ്തമായ കുമാരനാശാന്റെ ആ 'വീണപൂവിൽ' തുടങ്ങി, 'നൂറുപൂക്കൾ വിരിയട്ടെ' എന്ന മാവോസേതുങ്ങിന്റെ വസന്തത്തിന്റെ ഇടിമുഴക്കങ്ങളിൽ അവസാനിക്കുന്നു.

വനങ്ങൾ നിറയെ പോലീസ് നിരന്നുനിൽക്കുമ്പോൾ മരങ്ങളെക്കുറിച്ചെങ്ങനെ കവിതയെഴുതുമെന്ന് ബ്രെഹ്ത്. 'പൂവുകളെക്കുറിച്ച്/ പാടാൻ കൊതിച്ചിട്ടും/പടപ്പാട്ടുകൾ എഴുതേണ്ടിവന്ന/ കഷണ്ടിത്തലയുള്ള പാവം കവികളെക്കുറിച്ച് ഒ.പി സുരേഷ്, 'പൂവുകളെക്കുറിച്ച് പാടാവുന്ന ഒരു കാലം വരും, അന്ന് എല്ലാ മനുഷ്യരും കവികളാവു' മെന്ന് സച്ചിദാനന്ദൻ. 'പൂവികളത്രെ ഞങ്ങടെ സാക്ഷികൾ' എന്ന് വൈലോപ്പിള്ളി. സത്യത്തിൽ പൂവിനെ ഇക്കാണുംവിധമുള്ള പൂവാ

ക്കിയത് കവിതയാണ്. എന്നാൽ 'പല കാലങ്ങളിൽ ഒരു പൂവ്' പതിവ് 'പൂക്കവിത'കളിൽനിന്ന് സംഭ്രമിപ്പിക്കും വിധം വേർപിരിയുന്നത് 'പൊടുന്നനെ/ ഒരു പൂവ്/ തലയിൽ വീണു/ കാലിടറി ഞാൻ/ താഴെ വീണു' എന്ന പതനത്തിൽ വെച്ചാണ്. 'വീണപൂവി'ൽ നിന്നും, 'വീഴുന്ന മനുഷ്യരി'ലേക്കുള്ള ഒ.പിയുടെ ചാട്ടത്തിൽ ഭീതിയായി മാറിയ ഒരാ ഗാധ ആശാൻ ആദരവിന്റെ അസന്നിഹിത സാന്നിധ്യം കൂടിയാണ് ഞാൻ കാണുന്നത്. അതാകട്ടെ, സ്വന്തം ഏകാന്തതകളോട് നിരന്തരം സംവദിക്കാൻ ധീരരാകുന്ന കവികളെ സംബന്ധിച്ചിടത്തോളം അനിവാര്യമാണുതാനും!

'തുറന്ന വഴികൾ' എന്ന ഒ.പി കവിത (പല കാലങ്ങളിൽ ഒരു പൂവ്) 'അടഞ്ഞ ലോകങ്ങളുമായുള്ളൊരഭിമുഖ' മൗനമാണ്. 'ആസ്സാം പണിക്കാരും', 'യുഗപരിവർത്തനവും' മാറ്റിവെച്ചുകൊണ്ട്, ആ കവിതയിലേക്ക് കടക്കാൻ കഴിയില്ല, വൈലോപ്പിള്ളി നിന്നിടത്തുനിന്നുമുള്ള ഒ.പി യുടെ നടത്തമാണ് 'തുറന്ന വഴികൾ!' ഷോപ്പിങ് കോംപ്ലക്സാവുന്ന എൽ.പി സ്കൂൾ, ഇൻഷൂറൻസ് ഏജന്റുമാരാവുന്ന മാഷുമാർ, കല്യാണമണ്ഡപമായി മാറുന്ന കലാകേന്ദ്രങ്ങൾ, ബ്രോക്കർമാർ മാത്രമാവുന്ന നാട്ടുകാർ.... ലോകം മാറുക തന്നെയാണ്! 'idea' can change your life' എന്ന പരസ്യം! ആസ്സാം പണിക്കാർ പകുത്തത് പട്ടിണിക്കുള്ളിലെ പട്ടിണിയാണ് 'തടുക്കില്ലമ്പലം, തടുക്കില്ല പള്ളി, പടച്ചവനിപ്പോൾ പരദേശത്തതിലാം' എന്നതായിരുന്നു. അതിന്റെ തത്വചിന്ത. പ്രവാസം പക്ഷേ, തീർഥയാത്രയായിരുന്നില്ല. മുട്ടലിഴഞ്ഞാണവർ അസ്സാമിലെത്തിയത്. മുട്ട് മടക്കിയാണവർ നാട്ടിൽ തിരിച്ചെത്തിയത്. പക്ഷേ, അപ്പോഴും, 'ഇവിടെ ജീവിപ്പാൻ, ഇവിടെ മരിപ്പാൻ' കഴിയുന്നതിൽ അവർ 'സംതൃപ്തരായിരുന്നു.' അസ്സാമിൽ നിന്നും വെറും കൈയും രോഗവും ദുരിതവും ഒന്നുമില്ലായ്മകളുമായി മടങ്ങുമ്പോഴും അതുകൊണ്ടാണവർക്ക് 'ഒറ്റത്തെങ്ങ് കണ്ടിടത്തൊക്കെയും' സ്വന്തം നാടിനെ സ്മരിക്കാൻ കഴിഞ്ഞത്. എന്നാൽ 'തുറന്ന വഴികൾ', നാട്ടിലേക്കുള്ള വഴികളോരോന്നായി അടയുന്നതാണ്, അടയാളപ്പെടുത്തുന്നത്. 'പേറെടുക്കാൻ പോയിരുന്ന ശാന്തേടത്തി/ ബ്യൂട്ടിപാർലർ ഉടമായി/ വെറുതെ സായാഹ്നം കൊറിച്ചിരുന്നു/ പുഴയോരം/ നദി കവിഞ്ഞിറങ്ങി/ സ്വകാര്യ റിസോർട്ടിന്റെ നടുമുറ്റമായി/ കൗമാരം കവർന്ന്/ യൗവനം തന്ന കൂട്ടുകാർ കുട്ടത്തോടെ വൃദ്ധന്മാരായി... (തുറന്ന വഴികൾ)

വഴികളൊക്കെയും വഴികളല്ലാതാവുന്ന കീഴ്മേൽ മറിഞ്ഞ ഒരു കാലമാണ്. 'തുരങ്കകാഴ്ച'കളായി, 'തുറന്ന വഴികൾ' എന്ന കവിതയിൽ കലമ്പുന്നത്. അപ്പോഴും, 'നാട്ടുവേരുകൾ പൊട്ടി ത്വരിതം ചലിക്കവേ, ചോടു തെറ്റിയെൻ കരൾ തേങ്ങുന്നു. മന്ത്രിക്കുന്നു ഹാ സഖി നീയെന്നോട് ചേർന്നുനിൽക്കുക....' എന്നിങ്ങനെ, വൈലോപ്പള്ളിയുടെ 'യുഗപരിവർത്തനം' എന്ന കവിത പങ്കുവയ്ക്കുന്ന, ഒത്തുചേരലിനുള്ള ഒരു തിടുക്കവും ഒ.പിയുടെ 'തുറന്നവഴികളിൽ' കാണാനില്ല. തിരിച്ചുവരാ

നുള്ള 'നാട്' താൻ തിരിച്ചുവരും മുമ്പേ 'നാടുവിട്ട' 'നടുക്കമാണ്' 'ഓ- ഇതൊക്കയെന്ത്' എന്ന വിധത്തിൽ നടുക്കമേതുമില്ലാതെ ഒ.പി സുരേഷ് തുറന്ന വഴികളിൽ അടിച്ചിട്ടിരിക്കുന്നത്! ഉൽപ്പാദന കേന്ദ്രിത മായ ഒരു ഘട്ടം പിന്മാറുകയും, ഊഹാധിഷ്ഠിതമായ സാമ്പത്തിക ക്രിയവിക്രയങ്ങൾ പെരുകുകയും ചെയ്ത ഒരു കാലത്തിന്റെ വിവശ തകളാണ് 'തുറന്ന വഴികളിൽ' വീർപ്പുമുട്ടുന്നത്. വ്യവസായം, കൃഷി എന്നിവയുടെ സ്ഥാനത്ത് റിയൽ എസ്റ്റേറ്റുകളും ബ്ലേഡ് കമ്പനികളും കൊടിപറത്തുമ്പോൾ സംഭവിക്കുന്ന കീഴ്മേൽ മറിച്ചിലുകളാണ് ഒരു തരം നിർമ്മിതിയോടെ, എന്നാൽ ഉള്ളിലാളുന്നൊരാധിയോടെ ഒ.പി അടയാളപ്പെടുത്തുന്നത്.

'ഒ.പി' യടങ്ങുന്ന മലയാളത്തിലെ ശ്രദ്ധേയരായ യുവകവികളിൽ പലരും, പഴയത് പോലെ 'പ്രണയ' പരിചരണങ്ങളിൽ മാത്രം പറ്റി നിൽക്കുന്നതിനുപകരം, അവർക്ക് പ്രവേശിക്കാനായിട്ടില്ലെങ്കിലും അനി വാര്യമായും പ്രവേശിക്കാനാവുമെന്നവർ പ്രതീക്ഷിക്കുന്ന ഒരു 'മഹാ സൗഹൃദ'ത്തെ സ്വപ്നം കാണുന്നവരാണ്. അവർ കണ്ണടച്ചിരിക്കുകയല്ല. ഉള്ളിലേക്കുണർന്ന് ഉൺമയെ തൊടുകയാണ്. 'സുതാര്യം' (വെറുതെ യിരിക്കുവിൻ)' എന്ന ഒ.പി കവിത, സാഹസികമായി ഓരോരുത്തരും നിർവഹിക്കേണ്ട 'സാംസ്കാരിക പ്രവർത്തനം' ഒരു പ്രയത്നവുമില്ലാതെ ഓരോരുത്തരിലും ഒരു ശീലമായ്, പ്രവർത്തിച്ചു തുടങ്ങുമ്പോൾ, സംഭ വിക്കുന്ന ഔന്നിത്യത്തെയാണ്. ഒരർഥത്തിൽ, പ്രകൃതിയും, മനുഷ്യ നും മനുഷ്യനും മനുഷ്യനും 'ഒരാളും-അയാളും' തമ്മിലുള്ള നിരന്തര അഭിമുഖങ്ങളെയാണ്. അടയാളപ്പെടുത്തുന്നത്. 'ഒരു വിചാരം ഒരു വികാരം/ ഒന്നും ഒന്നും ചേർന്ന്/ ഒന്നുമില്ലാതാവുന്നു/ അകവും പുറവുമില്ല/ അനാദി/അനന്തം/ മറ്റൊരു ഭ്രമണപഥം/ നിറവെളിച്ചം പരന്ന്/നിഴലുകൾ വെളുത്തു/ ഇപ്പോൾ നോക്കിയില്ലെങ്കിലും കാണാം/ കണ്ടില്ലെങ്കിലും അറിയാം' (സുതാര്യം) പരസ്പരം കാണുകയും കേൾക്കുകയും ചെയ്യാതെതന്നെ മനുഷ്യർ പാരസ്പര്യത്തിന്റെ പറു ദ്ദീസകൾ നിർമിക്കുമ്പോൾ, അതാര്യതകൾ, സുതാര്യതകളാവും. അജ്ഞാനങ്ങൾ, 'ജ്ഞാന'ങ്ങളാവുന്നത് മാത്രമല്ല, 'അജ്ഞാതങ്ങളുണ്ട് എന്നാഴത്തിൽ അനുഭവിക്കുന്നതും, ഏതോ തരത്തിൽ അപ്പോൾ സുതാ ര്യതയുടെ ഭാഗമാവും, ഒരർഥത്തിൽ അർഥരഹിതമെന്നുപോലും തോന്നാവുന്ന വേറേതോ വഴികളിൽ വെച്ചാണ് സുഖമുള്ള ദുഃഖങ്ങ ളിൽ മനുഷ്യർ അനുഭൂതിപ്പെടുന്നത്. ലാഭനഷ്ടങ്ങൾക്കപ്പുറത്തേക്ക് മനുഷ്യർ നടക്കുമ്പോഴാണ് ഒരു വിസ്മയം പോലെ ജീവിതം ഒരു കവിതയായി വിടരുന്നത്. ഒന്നിനും വേണ്ടിയല്ലാതെ, അപ്പോൾ മനു ഷ്യർക്ക് പരസ്പരം ഒരു മഹാസൗഹൃദത്തിൽ പങ്ക്ചേരാനാവും. ഓരോ രുത്തരും അവർക്ക് സാധാരണ ഗതിയിൽ എത്താനാവുന്നതിലപ്പുറം അപ്പോൾ കാണും. പ്രണയം പോലും, 'ചെരിപ്പൂരിവെച്ച്' മാത്രം പ്രവേശിക്കുന്ന ഒരു 'മഹാസൗഹൃദത്തി'ന്റെ വിസ്മയവാതിലുകൾ നമുക്ക് മുമ്പിൽ ഇപ്പോൾ തുറന്നുവെക്കപ്പെടും.

ആഗോളവൽക്കരണാനന്തര കാലത്തിന്റെ സംസ്ക്കാരികയുക്തിക്കകത്ത് കടന്ന് സ്ഫോടനം സൃഷ്ടിക്കും വിധമുള്ള ഒരിടപെടൽ ശേഷിയാണ് ഒ.പി സുരേഷിന്റെ കവിതകളെ രാഷ്ട്രീയാർഥത്തിൽ ശ്രദ്ധേയമാക്കുന്നത്. ശരീരം, മനസ്സ്, മസ്തിഷ്കം, എന്നിവയെ ഓരോന്നായും ഓരോന്നിനെയും മറ്റൊന്നിന് എതിരായും മാറ്റുന്ന വിഭക്തതകൾ മുതൽ മനുഷ്യാവകാശലംഘനങ്ങളുടെയും അരികുവൽക്കരണങ്ങളുടെയും ആഘോഷമായ് തീർന്ന വിപണിയുടെ വെട്ടിനിരത്തലുകൾ വരെ വ്യാപിച്ചു നിൽക്കുന്ന നൃശംസകളെയാണ് ആ കവിതകൾ നിവർന്നുനിന്ന് നേരിടുന്നത്. വിൽക്കുന്നതിനും വാങ്ങുന്നതിനും സൗകര്യമൊരുക്കിയിരുന്ന ഒരിടം, ഇന്ന് ജീവിതത്തെയാകെ നിയന്ത്രിക്കുകയും നിർവചിക്കുകയും ചെയ്യുന്ന ഒരധികാര കേന്ദ്രമായി മാറിയിരിക്കുന്നു എന്ന തിരിച്ചറിവാണ്, ഏറ്റക്കുറച്ചിലുകളോടെ ഒ.പി കവിതകളേറെയും അനുഭവിപ്പിക്കുന്നത്. ആദിവാസികളും ദളിതരും ന്യൂനപക്ഷങ്ങളും ദരിദ്രരും അസംഘടിത തൊഴിലാളികളും പലവിധങ്ങളിൽ പുറംതള്ളപ്പെട്ടവരുമാണ്. ഒ.പി യുടെ കാവ്യലോകത്ത് നേതൃത്വം വഹിക്കുന്നത്. ‘പേടിയാവുന്നു/ ആരും പേടിപ്പിച്ചിട്ടില്ല/ ആധി പെരുകുന്നു/ആരും ആക്രമിച്ചിട്ടല്ല/ വാതിലുകളടച്ചവരാണ്/ പുറംലോകങ്ങളിൽ മേയാറില്ല/ എന്നും സഹകരിച്ചിട്ടേയുള്ളു/ എന്നിട്ടും എന്തോ പേടിയാവുന്നു....’ (തെളിവുകൾ) അദൃശ്യഭയങ്ങളെ കല്ലിൽ ശിൽപ്പമെന്നപോലെ കൊത്തിവെക്കാത്തവർ സ്വയം ‘കവിയുമ്പോഴും’ കുനിയുന്നവരായിരിക്കുമെന്നതിന് ഒരു തെളിവും വേണ്ടന്നാണ് ഒ. പി യുടെ ‘തെളിവുകൾ’ എന്ന കവിത സാക്ഷ്യം പറയുന്നത്.

അക്കപൂജ

ഇടം ഏതുമാകട്ടെ
എന്തൊരന്തസ്സിൽ
തല ഉയർത്തി നിൽക്കുന്നു
എന്തിനുംപോന്ന 10 പേർ
ചന്തം തികഞ്ഞ അക്കങ്ങൾ.

അതിരുകൾക്കൊപ്പം
മാറുന്നില്ല,
അളന്നു മുറിച്ച
അക്കഭാഷ.
ഇറ്റലിയിലെ 100
ചൈനയിലെ 100-നെ
ഇടനിലയില്ലാതെ
അഭിവാദനം ചെയ്യും.
ഇന്ത്യയുടെ 100
അമേരിക്കയുടെ 10-ന് മുമ്പിൽ
4.5 വട്ടം
തല കുമ്പിടും
ഉദ്ധരിച്ച അഹങ്കാരശൃംഗങ്ങളെ
9/11
അല്പനേരത്തേക്കെങ്കിലും
നിസ്സഹായമാക്കും.

വിനിമയത്തിന്റെ
അക്കവ്യാപ്തിയിൽ
ലോകം
വിസ്മയിച്ചുണരും.
കിറുകൃത്യം അക്കമേനികൾ

പരസ്പരം പുണർന്ന് ചേരും
1498
1947
1975...
വെറുതെയാവില്ല
ഒരൊറ്റ സമാഗമവും
ഓരോ
സംഗമസ്ഥാനത്ത് നിന്നും
അസംഖ്യം കാലങ്ങളിലേക്ക്
ചാലിട്ടൊഴുകും ചരിത്രം.
പതുങ്ങിയൊളിക്കുന്നു
അക്കപുളകങ്ങളിൽ
ഡിജിറ്റൽ മാനസം.
100-ന്റെ കാവൽസുരക്ഷ
101 -ന്റെ ആംബുലൻസ് വേഗം
വിവശപ്രണയമായ്
9847-----
പകരമുണ്ടെന്തിനും
അർത്ഥം പുളക്കും
സംഖ്യകൾ.
പകരാനാവാതൊന്നുമില്ല
അക്കങ്ങളുടെ
അക്ഷയപാത്രത്തിൽ.

അക്കപൂജയിൽ ലയിച്ച്
അക്കവടിവിലലിഞ്ഞ്
നിശ്ശൂന്യമായ
ജീവിതസ്ഥലികളിൽ
പക്ഷികളും പാറ്റകളും മാത്രം.
2,4 എന്നങ്ങനെ
പെരുകുന്ന
അവയുടെ
ചിറകടികൾ

ഏകം

ചില ഓർമ്മകളുടെ
ആശ്ലേഷത്താൽ
ഉണർന്നു പോയേക്കാം,
വെളിച്ചം
വിളഞ്ഞു നിൽക്കുന്ന
പ്രഭാതസ്വപ്നങ്ങൾ.
ഇറുക്കിയടയ്ക്കണം,
ഉള്ളിലേക്കരിച്ചിറങ്ങുവാൻ
അനുവദിക്കാതെ
നിശാകവാടങ്ങൾ.

ത്രസിച്ചുപോയേക്കാം,
പുതിയ കാലൊച്ച പതിഞ്ഞ്
പുളകിതയാകുവാൻ
കൊതിച്ചിരിക്കുന്ന
ചരിത്രവീഥികൾ.
അടക്കിനിർത്തണം,
അതിർത്തി ഭേദിക്കാൻ
കുതറിയെത്തുന്ന
അതിവിചാരങ്ങൾ.

പകർന്നു നൽകിടാം,
പകരമില്ലാത്ത
ലഹരി പൂക്കുന്ന
പലതരം
പുഷ്പവനങ്ങൾ.
സ്വയം മരിക്കട്ടെ,
ശ്വസിക്കും വായുവിൽ

തരളനൃത്തം ചവിട്ടിയ
നറുമണങ്ങൾ.

ഒരൊറ്റ ഓർമ്മയിൽ
ജ്വലിച്ചു നിൽക്കുവാൻ
അനേകമോർമ്മകൾ
ക്ഷണം മറക്കണം.

കാ.....കാ.....

കുളിച്ച് കുളിച്ച്
കൊക്കായി മാറിയ ഒരു കാക്ക
കൂടുവിട്ടിറങ്ങി.

അഴുക്കും അശ്ലീലവും രുചിച്ച
കറുത്ത കാലം വെടിഞ്ഞ്
പുതുപുത്തൻ വൃത്തികളിലേക്ക്
വെളുത്ത ചിറക് വിടർത്തി.
കൗശലം കെട്ടുപോയ കണ്ണുകളിൽ
 പാവനമായ വെളിച്ചം നിറച്ചു
കലമ്പലുകൾ നിലച്ച കാതിൽ
സാത്വികമൗനം ചിലച്ചു.

ചിക്കിച്ചികയുന്ന കോഴിക്കുഞ്ഞുങ്ങളെ
നിർമ്മമമായി നോക്കി രസിച്ചു.
ആരൊക്കെയോ ചുട്ട നെയ്യപ്പങ്ങൾ
ആസക്തിയില്ലാതെ ഓർത്തെടുത്തു.
വിരുന്നുകാരുടെ വിചാരങ്ങൾ
തൊണ്ടയിൽ വെച്ചേ മറന്നു.

നനഞ്ഞ കയ്യടികൾക്കൊപ്പം
മരണബാധിതരുടെ വിശപ്പ്
ശമിക്കാത്ത ആധിയായി.

വിട്ടുപോന്ന കൂട്ടിലേക്ക്
എത്തിനോക്കേണ്ട.
പുറകെ വന്നേക്കും
പലതരം പകർച്ചവ്യാധികൾ....

വിളഞ്ഞ വായലേലകളുടെ
ഏകാന്തമായ വരമ്പിൽ
ഒറ്റക്കാൽ ധ്യാനം, ആനന്ദം.
അടഞ്ഞ കണ്ണുകൾക്കപ്പുറം
അറിഞ്ഞതേയില്ല,
നിറഞ്ഞ തോക്കിന്റെ ഉന്നം
ധ്യാനമുണർന്നെണീറ്റത്.

തെറിച്ചു വെടിച്ചില്ലുപോലെ
രണ്ടുൺമകൾ, പുറത്തേക്ക്:
കാ, കാ........

സൗമ്യം

നിന്ന് നിന്ന് തളർന്ന
വൻ മരമൊക്കെയും
മെല്ലെയിറക്കിക്കിടത്തി
തിരക്കിട്ടുപോകുന്ന
നല്ല വൻ കാറ്റ്.

കാത്ത് കാത്ത് കഴച്ച
സങ്കടക്കരകളെ
കൈനീട്ടിയെടുത്ത്
ലാളിക്കുന്നു.
നല്ല വൻ തിരകൾ.

പച്ച നട്ടു നനച്ച്
പട്ടുപോയ സ്വപ്നങ്ങൾ
ഒറ്റ നെടുവീർപ്പിനാൽ
മുഖരിതമാക്കിയ
നല്ലുരുൾ പൊട്ടൽ

കണ്ട് ശീലിച്ച കുതൂഹലങ്ങൾ
ഒന്നുമല്ലെന്ന വ്യർത്ഥത
മെല്ലെയെങ്കിലും മാറ്റുവാൻ
ഉള്ളിലൂഞ്ഞാലാടുന്നു
നല്ല ഭൂകമ്പങ്ങൾ

ഇതിലേറെ സൗമ്യമായ്
പകലുകൾ
പാടിയുറക്കുവതെങ്ങനെ
രാത്രിയെ?

വേനൽ സഖാക്കൾ

ഹരിശ്രീ കുറിക്കാത്ത
നാവും നഖങ്ങളും
നാരായ മൂർച്ച
നാവിൽ തകരുന്നു.
അക്ഷരക്കൂട്ടങ്ങൾ
കലഹിച്ച്
പിരിയുന്നു.

വാക്കിലൂടെ
ഒരു തേളിഴഞ്ഞെത്തി
നഗ്നമനസ്സുകളെ
കുത്തിനോവിക്കുന്നു.
ജ്ഞാനിയുടെ തലച്ചോറിൽ
നഖമുനകളാഴ്ത്തുന്നു.

വേനലിനോടൊരു
നിതാന്ത സൗഹൃദം
കാഴ്ചകളൊക്കെയും
കത്തിത്തുടങ്ങുന്നു.
ഉച്ചസൂര്യന്റെ
ഹസ്തദാനങ്ങളിൽ
സ്നേഹതീക്ഷ്ണമാം
ഉഷ്ണപ്രവാഹങ്ങൾ.
കത്തിയാളുന്ന വെയിൽപ്പുറങ്ങളിൽ
പൊട്ടിത്തെറിക്കും
കറുത്ത പാരുഷ്യങ്ങൾ.

തെരുവിന്റെ ധമനികളിൽ

ഏകാന്തജാഥകൾ
ക്രോധം നിറഞ്ഞ്
കുതിപ്പിച്ച മുഷ്ടികൾ.
ദൃഷ്ടിയിൽ
ഉടലിന്റെ നഗ്നലാവണ്യങ്ങൾ
തങ്ങളിൽ തങ്ങളിൽ
ഏകാംഗഭോഗങ്ങൾ.

പകലിന്റെ ധവളിമയിൽ
പാപം തെറിക്കുന്നു.
പാതിരാതോറും
പടർന്ന് പെരുക്കുന്നു

തണലു ചിന്തിയ
മരച്ചുവടുകളിൽ
നിഴലൊടുങ്ങി
ഞാൻ
സിദ്ധനാവുന്നു.

ടെണ്ടർ

മരങ്ങൾ ഇടതൂങ്ങി പാർക്കുന്നിടം
മനമലിഞ്ഞൊഴുകും തെളിനീർവനം

ഇരുളിലകൾ വീണിളകിയ നിശ്ശബ്ദത
കലപില കൂട്ടുന്ന ശിഖരം, ഏകാന്തത

അതിന്നു ചോട്ടിലായ്, ധ്യാന നിർവൃതി
അറിഞ്ഞുറയുന്ന കോമരക്കാറ്റുകൾ

ഇലകൾ തുന്നിയൊരാകാശം, ഇടയ്ക്കിടെ
പിളർത്തിയെത്തുന്ന നറുവെളിച്ചങ്ങൾ

വെയിൽപ്പഴങ്ങളിൽ കിനിയും കുളിരുകൾ
പുതച്ചുറങ്ങുന്ന മടിയൻ പുൽനാമ്പുകൾ

കരളിൽ ആദിമ കവിത ചേക്കേറുമിടങ്ങൾ
ജീവന്റെ നനവ് വറ്റാതൊഴുകും ഉറവകൾ

അകംപുറം കാണാം, അഴകിനാഴങ്ങൾ
അതിരുകളില്ലാത്ത മഹാ വനസ്കത...

പതിച്ചു നൽകിടാം എത്രയും, നിങ്ങൾ
പകരമായ് ലക്ഷം തൊഴിൽ നൽകുമെങ്കിൽ

പഠിപ്പു തീരുമ്പോൾ പറന്നുപോകുന്ന
പുതുകിളിക്കൂട്ടം രസിച്ചുല്ലസിക്കട്ടെ,

അവർക്കു പാർക്കുവാൻ ഉടച്ചുവാർക്കണം.
ഉണർവ്വുറങ്ങുമീ മഹാ നിബിഡത.

കേരളം വളരുന്നു

പകുതിയിലേറെപ്പേരും
സർക്കാർ ജീവനക്കാരോ
ആഗ്രഹിച്ച് കിട്ടാതെ
മറ്റു ജോലി ചെയ്യുന്നവരോ
ഒന്നും ചെയ്യാതിരിക്കുന്നവരോ
പലതും ചെയ്ത് ഒന്നുമാകാത്തവരോ
ആകയാൽ, കേരളമേ
നീയൊരു സർക്കാർ സംസ്ഥാനം
ഇടപാടുകളെല്ലാം ഔദ്യോഗികം.

ഏറക്കുറെ എല്ലാവരും
ഇംഗ്ലീഷ് സംസാരിക്കുന്നവരോ
ശ്രമിച്ച് പരാജയപ്പെട്ട്
ഒച്ച താഴ്ത്തിയ മാതൃഭാഷയോ
ഒന്നും പറയാത്തവരോ
എന്തെങ്കിലുമൊക്കെ
പറഞ്ഞ് തുലയ്ക്കുന്നവരോ
ആകയാൽ, മലയാളമേ
നീ, കാലഹരണപ്പെട്ടൊരു
കാവ്യബിംബം
വിനിമയങ്ങളെല്ലാം
വിഴുപ്പലക്കലുകൾ.

ആളുകളേറെയും
കുടിയേറിപ്പാർത്തവരോ
കുടിയൊഴിഞ്ഞുപോയവരോ
നാടുതെണ്ടി നടന്ന്
പല ലോകങ്ങൾ നേടിയവരോ

ഒന്നും നേടാത്തവരോ
എല്ലാം നഷ്ടപ്പെട്ടവരോ
ആകയാൽ, കൈരളി
വ്യാമോഹങ്ങളുടെ സ്വന്തം നാട്.
കാഴ്ചയിലെപ്പോഴും
അക്കരപ്പച്ചകൾ.

സ്വന്തം അടുക്കളത്തോട്ടം
അയൽ നാട്ടിൽ വളർത്തിയവർ.
സ്വന്തം പണപ്പെട്ടി
അന്യനാടുകളിൽ സൂക്ഷിച്ചവർ.
വേരുകളും വേദനകളുമില്ലാത്ത
തലമുറകളുടെ ആഘോഷം.
ഔദാര്യങ്ങളുടെ ആനപ്പുറത്ത്
പൊങ്ങച്ചങ്ങളുടെ തിടമ്പേറ്റം

നാടുവിട്ടുപോയവരുടെ
ഓർമ്മകളിൽ മാത്രം
ജീവനുള്ള ദേശമേ,
ചട്ടപ്രകാരം നിനക്കുമുണ്ട്
പെൻഷൻ പ്രായം.
വളർച്ചയുടെ സായംകാലം
നടുനിവർത്തി നിൽക്കുവാൻ
മതിയോ, നിരാലംബമായി
ചോർന്നുപോവുന്ന
ആത്മബലങ്ങൾ?

ഉഭയസമ്മതം

ഒരേ കുടക്കീഴിൽ
ഒരുമിച്ചു നടക്കുവാൻ
ഒരുപാട് വേണം
പരസ്പരധാരണ.

പലതു പാടില്ല,
ഒരേ ചുവടിനാൽ
നടന്നു തീർക്കണം
പലേ ദൂരങ്ങൾ.

ഇടയ്ക്ക് നിൽക്കുവാൻ
നിനക്കു തോന്നിയാൽ
എനിക്കും തോന്നണം,
നടത്തവുമതേ.

പരസ്പരം ചാഞ്ഞ്
അകത്തൊതുങ്ങീട്ടും
മഴ നനച്ചല്ലോ
മറുവശം രണ്ടും.

കുതിർന്ന ലക്ഷ്യത്തിൽ
മനം മടുത്താലും
കുട വിടാതെ നാം
വിജയലാളിതർ.

ഒരേ കുടക്കീഴിൽ
ഒരാളെയുള്ളൂ
അയാൾ ഞാനല്ല
നീയല്ല.

നടത്തം

എത്ര ദൂരങ്ങൾ പിന്നിട്ടാലും
തുടങ്ങിയേടത്തുതന്നെയെത്തുന്ന
പുലർകാല നടത്തങ്ങൾ
അന്നന്നത്തെ ജീവിതത്തിനുവേണ്ട
ഇച്ഛാഭംഗങ്ങൾ തരുന്നു.

അസംഖ്യം ആസക്തികൾക്കടിയാൻ
നനഞ്ഞൊരുങ്ങിയ ശരീരം
വിയർപ്പാറി, കിതപ്പറ്റ്
പൊടുന്നനേ തരിശാവുന്നു.

ഉള്ളിലെ സൂര്യൻ ഇരുട്ട് വർഷിച്ചു
പൊള്ളയാവുന്നു പ്രതീക്ഷകൾ
ആനന്ദം മാത്രം അടയിരിക്കാറുള്ള
നെഞ്ചിൻകൂട്ടിൽ
വിഷാദത്തിന്റെ ചിറകടിയൊച്ചകൾ.

അത്യുത്സാഹങ്ങൾ, അതിമോഹങ്ങൾ....
മൂർധന്യങ്ങളിലൂടെ മാത്രം
വിവൃതമാകുന്ന വികാരങ്ങൾ
സൗമ്യമായി അടിപ്പെടുത്തുമ്പോഴും
മനുഷ്യന്റെ ഛായയിൽത്തന്നെ
മനസ്സിളക്കിയൊരുക്കുന്ന
നിശ്ശബ്ദ നിരാശകൾ.

എത്ര വേണ്ടെന്ന് വെച്ചാലും
നാളെയും എനിക്ക് നടന്നേതീരൂ
മനുഷ്യരുടെ വിയർപ്പിൽ മുളച്ച
ഈ പ്രഭാതവഴികളിലൂടെ.

കുട്ടികളാവാതെ മുതിരരുത്

രണ്ടാം വയസ്സിൽ
ചെന്നിനായകം കയ്ക്കുമ്പോൾ
അമ്മയുടെ മുല ഉപേക്ഷിക്കണം.
എഴുത്തിനിരുത്തുമ്പോൾ
ആശാന്റെ നാരായം കക്കണം.
നാട്ടിലാകെ വികൃതി കാട്ടി നടക്കണം.

മലമുകളിൽ മഞ്ചാടിമണികൾ പെറുക്കി
കൂടെ നടന്ന പെൺകുട്ടി
വയസ്സറിയിക്കുമ്പോൾ
എന്തിനെന്നറിയാത്ത ഏകാന്തദുഃഖത്തോടെ
ഒറ്റയ്ക്കലയണം.
മീശ മുളയ്ക്കുമ്പോൾ
കുളക്കടവുകളിൽ തല പൂഴ്ത്തണം.
സ്കൂളിൽ പഠിപ്പിക്കുന്നവളേയും
കോളേജിൽ
കൂടെപ്പഠിക്കുന്നവളേയും കാമിക്കണം.
ചങ്ങമ്പുഴക്കവിത വായിക്കണം.

കൂടെപ്പിറന്നവന്റ ചോര ചവിട്ടിയാലും
കാലിടറാതെ ജാഥ നയിക്കണം.
യോദ്ധാക്കളെയും ബലിയാടുകളെയും
സ്വപ്നം കാണണം.

ഒടുവിൽ, കൊടി പിടിക്കാൻ വന്ന
അടിയാത്തിപ്പെണ്ണിന്റെ മാനം കവർന്ന നേതാവിനെ
പുലയാടിമകനെന്ന് വിളിക്കണം.

കുട്ടികളാവാതെ മുതിരരുത്
പരിണമിച്ചവൻ
മരച്ചില്ലയിൽ തന്നെ വസിക്കയുമരുത്.

വലുപ്പം

അങ്ങനെയിരിക്കെ
എന്നെക്കുറിച്ചെഴുതാൻ
എന്റെ ഭാഷ മതിയാകാതെ വന്നു.
എന്റെ ചിരി ചിരിക്കുവാൻ
ഉള്ളും പുറവും പരാജയപ്പെട്ടു.
സ്വന്തം പാർട്ടിയിലൊതുങ്ങാതെ
എന്റെ രാഷ്ട്രീയം പുറത്തായി.
എന്റെ കണ്ണീരിലിടം പോരാതെ
സങ്കടങ്ങൾ, നിന്നിടത്ത് നിന്ന്
വിതുമ്പിക്കിതച്ചു.

സ്വപ്നങ്ങൾക്ക് പാറി നടക്കാൻ
നീളമില്ലാതെ രാത്രികൾ,
ചിന്തകൾക്ക് സഞ്ചരിക്കാൻ
വീതിയില്ലാതെ മസ്തിഷ്കം,
രണ്ടു കണ്ണിലുമൊതുങ്ങാതെ
തുളുമ്പിപ്പോയീ കാഴ്ചകൾ,
പലരെച്ചുറ്റി പടർന്നിട്ടും
പകുതിയുമെത്താതെ സ്നേഹങ്ങൾ,
എത്ര വീണ്ടുമഴ പെയ്തിട്ടും
പൊട്ടിമുളയ്ക്കാതെ ലഹരികൾ....

എന്നിൽ നിന്ന്
എന്നെക്കാൾ വളർന്ന്
ഞാൻ എന്നെ ശ്വാസംമുട്ടിച്ചു

എങ്കിലും ബാക്കിയുണ്ടല്ലോ
എള്ളോളം സ്ഥലമുള്ളിൽ
അതു ധാരാളം
എന്തിനും ഏതിനും.

പിറ്റേന്ന്

നാട്ടിൽ മുളയ്ക്കാത്ത നുണകൾ
കുട്ടികളുടെ സ്വപ്നങ്ങളിൽ
ചിത്രശലഭങ്ങളാവാറുണ്ട്.
പിറ്റേന്നെഴുന്നേറ്റ്
ഒടിഞ്ഞ ചിറകുകൾ പരതി
സങ്കടപ്പെടാറില്ലെങ്കിലും.

കൊതിമൂത്ത്
നുണച്ചിറക്കുന്നതിനിടയിൽ
മഴവില്ലിന്റെ ചെറുകഷണം
പല്ലിലുടക്കി
ഉറക്കത്തിൽ ഇക്കിളിപ്പെട്ടുണർന്ന്
കരഞ്ഞുറങ്ങിയ ആറുവയസ്സുകാരി
പിറ്റേന്നെഴുന്നേറ്റ്
പതിവുപോലെ
പുസ്തകങ്ങൾ ബാഗിലൊതുക്കി
വെപ്രാളപ്പെട്ട്
യൂണിഫോമിനകത്ത് കേറി
അപരിചിതഭക്ഷണത്തിന്റെ
ഓർമക്കേടുകളേതുമില്ലാതെ
കൈവീശി ഓടിപ്പോയി.

പള്ളിക്കൂടം വിട്ട
കുട്ടികളെപ്പോലെ
നിറങ്ങളോരോന്നും
ഓരോരോ അപൂർണതകളിലേക്ക്
മടങ്ങിപ്പോയിരിക്കണം.

കസേരകളിക്കിടയിൽ
വീണു മുട്ടുപൊട്ടിയ
പൂത്തുമ്പിക്കുഞ്ഞിനെ
വീട്ടിലേക്ക് കൂട്ടി
മുറിവിൽ ഡെറ്റോൾ പുരട്ടി,
വിശപ്പിന്
പുട്ടും കടലയും കൊടുത്തിട്ടും
അമ്മിഞ്ഞയ്ക്ക് കരഞ്ഞപ്പോൾ
സങ്കടപ്പെട്ട്
ഉറക്കത്തിൽ വിങ്ങിപ്പൊട്ടിയ
കൂട്ടുകാരി
പിറ്റേന്നെഴുന്നേറ്റ്
പതിവുപോലെ
പുതിയ കഥയുടെ
ചുരുളഴിയുന്നതും കാത്ത്
അമ്മയുടെയോ അമ്മൂമ്മയുടെയോ
വാലായി മാറി.

മുറിവുണങ്ങിയ പൂത്തുമ്പി
അമ്മപ്പൂവിന്റെ സൗരഭ്യമേറ്റ്
തളർന്നുറങ്ങിയിട്ടുണ്ടാവണം.

കേട്ടാലാരും
കോട്ടുവായിടുന്ന കാര്യങ്ങൾ.
നേരിടാനാവാത്ത നേരുകൾ
മുതിർന്നവർക്കെപ്പോഴും
നുണകൾ മാത്രം.

രഹസ്യം

എല്ലാം
അറിഞ്ഞുകഴിഞ്ഞു.
എന്നാലും ചില വഴികളുണ്ട്
കണ്ടിട്ടേയില്ലെന്ന് മുഖം തിരിക്കാം.
കേട്ടില്ലല്ലോ എന്ന്
വെറുതേ ചെവികൂർപ്പിക്കാം.
മറന്നമാതിരി
ഓർമ്മകളിൽ മുങ്ങാങ്കുഴിയിടാം.
ഒട്ടും ആഗ്രഹിച്ചതല്ലല്ലോ,
അറിയാതെ അറിഞ്ഞുപോയതല്ലേ.

അഹിതമായ ഭാരം താങ്ങി
മസ്തിഷ്കം വിയർക്കുന്നു.
മിണ്ടാട്ടം മാറ്റിയിട്ടും
നാക്കിലെന്താ തടയുന്നു
ഉള്ളിൽ ഒരോക്കാനം
അതിനെത്തന്നെ വിഴുങ്ങുന്നു.

ആഗ്രഹിച്ചതേയില്ല,
അറിഞ്ഞുകഴിഞ്ഞില്ലേ.

ഇനി,
പറയാതിരിക്കാം
കേൾക്കാതിരിക്കാം
ഞാനേ അല്ലെന്ന്
മറ്റൊരാളാവാം.
എങ്കിലും അറിഞ്ഞു കഴിഞ്ഞത്....?

അതിനെന്താ?

അറിഞ്ഞു.
കഴിഞ്ഞു.

ഭൂമിശാസ്ത്രത്തിലെ ഭൂമി

ഭൂമധ്യരേഖയാൽ അരപ്പട്ട കെട്ടി
അക്ഷാംശരേഖകൾ അലങ്കാരമാക്കി
അതിർത്തികളുടെ ആശ്ലേഷത്തിലമർന്ന്
അച്ചുതണ്ടിൽ പുറംതിരിഞ്ഞു കിടക്കുന്നു,
ഭൂമിശാസ്ത്രത്തിലെ ഭൂമി!

ഭൂമിശാസ്ത്രത്തിലെ ഭൂമിയിൽ
പൂക്കളും പുഴകളുമില്ല
മണ്ണും മരങ്ങളുമില്ല
നിറങ്ങൾ, മണങ്ങൾ, കാഴ്ചകൾ,
സരസജീവിതത്തളർച്ച ബാധിച്ച
കുന്നിൽപുറങ്ങൾ, നാട്ടുവഴികൾ,
'പ്രതിജനഭിന്ന വിചിത്ര' ങ്ങളാകിന
ക്ഷിതിയുടെ പുളകങ്ങൾ...
ഒന്നുമില്ല.

2
അച്ചുതണ്ട് നഷ്ടമായ ഭൂമി
സ്വപ്നത്തിന്റെ ഇടവേളയിലേക്ക്
തെറിച്ചു വീഴുന്നു.
കെട്ടഴിഞ്ഞ കളിപ്പന്തുപോലെ
അക്ഷങ്ങളും രേഖകളും മുറിഞ്ഞ്
വിവൃതമാകുന്ന ഭൗമഭംഗികൾ....
ചിത്രശലഭച്ചിറകിൽ കലമ്പുന്ന
പക്ഷിജാലപ്പൊരുളിൽ, മൗനങ്ങളിൽ
ചന്തമോലുന്ന ഹരിതപുളിനങ്ങളിൽ,
നെഞ്ചുപൊള്ളുന്ന നേരിലും
പുഞ്ചിരി ചുണ്ടിലേന്തുന്ന ജീവിതഖനികളിൽ...

ഭൂപടങ്ങളും ഗ്ലോബും രസംകെട്ട
ഭാഷണങ്ങൾ തൻ ഭാരവുമില്ലാതെ
തൊട്ടുനോക്കിയറിയുന്നു ഭൂമിയുടെ
കത്തിനിൽക്കുന്ന ലാവണ്യനിറവുകൾ!
ഒട്ടുനേരം തെളിഞ്ഞ് കത്തിത്തീർന്ന
വിൺചെരാതുകൾക്കടിയിൽ
അതിരുകളില്ലാത്തൊരനുഭവപാഠമായ്
പരിലസിക്കുന്നു സ്വപ്നഭൂമിക!

(1996)

തുറന്ന വഴികൾ

നാലാംതരം വരെ പഠിച്ച
ഗവ. മാപ്പിള എൽ.പി സ്കൂൾ
ഷോപ്പിങ് കോംപ്ലക്സായി
നാലക്ഷരം പഠിപ്പിച്ച
മാഷമ്മാരൊക്കെയും
ഇൻഷൂറൻസ് ഏജന്റുമാരായി

'നീലക്കുയിലും' 'നിർമ്മാല്യ' വും കണ്ട
ത്രിവേണിടാക്കീസ്
സുമംഗലി കല്യാണമണ്ഡപമായി.
നാട്ടുകാരൊക്കെ
ബ്രോക്കർമാരായി.

മാധവൻനായർ സ്മാരകവായനശാല
ഇന്റർനെറ്റ് കഫേ കയ്യേറി
'ഒരു കുടയും കുഞ്ഞുപെങ്ങളും'
ഈറനണിയിച്ച ഇരുണ്ട മൂലകൾ
അസംഖ്യം മൗസ്ക്ലിക്കുകളിൽ
ഊഷ്മളമാവുന്നുണ്ടാവും.
പമ്മൻ ചൂണ്ടയിൽ കോർത്തിട്ട
'വഷളൻ' പരലുകൾ
ഗൂഗിൾവലയിൽ
ചിത്രശലഭങ്ങളായി
പെരുകിയിട്ടുണ്ടാവണം.

രാധയുടെ അടക്കംപറച്ചിലുകൾക്ക്
ചെവികൂർപ്പിച്ചിരുന്ന
കുണ്ടനിടവഴികൾ
എക്സ്പ്രസ് ഹൈവേ കൊണ്ടുപോയി.
അവൾ അതിനും മുമ്പേ പോയി.
പനിയും വയറിളക്കവും മാത്രം വന്നിരുന്ന

പ്രശാന്തിക്ലിനിക്കിൽ
ആയുർവേദവും മസാജും
അത്യാവശ്യം അബോർഷനുമായി.
ചുറ്റുവട്ടത്തെ വീടുകളൊക്കെ
ഗസ്റ്റ്ഹൗസുകളായി.

മുക്കിന് മുക്കിന്
ദൈവങ്ങൾ പൊട്ടിമുളച്ചപ്പോൾ
പുരുഷേട്ടന്റെ കള്ളുഷാപ്പ്
പൂട്ടിപ്പോയി.
നെറുകയിൽ നക്ഷത്രം ചൂടിയ ബാറുകൾ
മുൻവാതിലുകൾ കൊട്ടിയടച്ച്
ദൈവങ്ങളെ വെല്ലുവിളിച്ചു.

പേറെടുക്കാൻ പോയിരുന്ന ശാന്തേടത്തി
ബ്യൂട്ടീപാർലർ ഉടമയായി
വെറുതേ സായാഹ്നം കൊറിച്ചിരുന്നിരുന്ന
പുഴയോരം
നദി കവിഞ്ഞിറങ്ങി
സ്വകാര്യ റിസോർട്ടിന്റെ
നടുമുറ്റമായി.
കൗമാരം കവർന്ന്
യൗവനം തന്ന കൂട്ടുകാർ
കൂട്ടത്തോടെ വൃദ്ധന്മാരായി.

ഇനി പറയൂ,
സ്വന്തം നാട്
എന്ന അഹങ്കാരത്തോടെ
ഞാനെങ്ങനെ
അടുത്ത അവധിക്ക്
കരിപ്പൂരിൽ
വിമാനമിറങ്ങും?

രാഗം കിശോരി

(പാടുമ്പോൾ സ്വയം ഒരു രാഗമായ് മാറുന്ന വിശ്രുത ഹിന്ദുസ്ഥാനി ഗായിക കിശോരി അമോങ്കർക്ക്)

മുറിവുകൾ പൂത്ത നിബിഡ മനാന്തര-
പ്പൊരുളിൽ നിന്നുരുൾപൊട്ടി
ഒഴുകുമൊരു നിർഝരി.
തരളഭൂതത്തിന്റെ ആഴങ്ങളിൽ
തൊട്ട് നിറുകയിൽ വെച്ച്, ഓർമ്മ തൻ
മധുരമാകന്ദങ്ങൾ പുഷ്കലമാക്കുന്ന
നാദജ്യോതിസ്സിൽ പരാഗരേണുക്കൾ
നറുമഞ്ഞു ചേലയണിഞ്ഞെത്തുമുഷസ്സിന്റെ
നെറുകയിൽ വിടരുന്ന സരളസംഗീതമായ്
അരികത്തിരുന്ന് പാടുന്നു, ജീവിതവ്യഥകളിൽ
വിരൽ തൊട്ടുറക്കുന്നൊരാലാപ വിസ്മയം!

പഴയ പ്രതാപങ്ങൾ അയവെട്ടി നിൽക്കുന്നൊ-
രഭിശപ്ത നഗരപ്പകിട്ടുകൾ താണ്ടിയും
പരമ ദരിദ്രമതാകിലും ജീവിത-
നിറവുകൾ ചിന്തിയ ഗ്രാമങ്ങൾ ചുറ്റിയും
വിരഹം, കലഹം എന്നിങ്ങനെ പെരുകുന്ന
ആജന്മ സങ്കടക്കൈവഴികൾ പിന്നിട്ട്,
പുതുമഴയ്ക്കൊപ്പം കിളുർക്കുന്ന മോഹമായ്
നീറിപ്പിടിക്കും നിലാവിന്റെ ലഹരിയായ്
ശോകമായ്, രാഗമായ്
അരികത്ത് പാടിയണയുന്നു, കിശോരി!

വിതുമ്പുമീണത്തിന്റെ വിറയ്ക്കും വിരലിൽ തൂങ്ങി
വിദൂരസ്ഥമേതോ സ്മൃതികുടീരങ്ങളിൽ

അലയുമാത്മാക്കളായ് മാറുന്നു നാം, പകലിന്റെ
ഇടവേളയില്ലാത്ത രാവിലുറങ്ങുന്നു.
ലൗകികക്ഷണികതകൾക്കുമേൽ നിത്യനക്ഷത്രങ്ങൾ
ചൊരിയും പ്രകാശമായ്, രാഗശുശ്രൂഷയായ്
ചിരപുരാതനസ്മൃതിയിൽ നിന്നങ്ങനെ
പെയ്തിറങ്ങുന്നു കിശോരഭാവങ്ങൾ

കൂടുമാറ്റം

പച്ചനുണകളുടെ കോടമഞ്ഞു ചുറ്റിയ
തണുത്ത പ്രഭാതത്തിൽ
നേരിന്റെ രശ്മികൾ പുലർകണി.
കണ്ണുപൊള്ളിക്കുന്ന കാഴ്ചയിൽ
മഞ്ഞിന്റെ സത്തയത്രയും
ചോർന്നുപോവുന്നു.

നിറഞ്ഞ കണ്ണുകൾ വഴിപരതുന്നു.
മുന്നിൽ നിറങ്ങളിൽ തടഞ്ഞുവീഴുന്നു.
(കാട്ടുകനിയുടെ കടുംപച്ച
നിന്റെ വായിലെന്റെ മാംസത്തിന്റെ പച്ച.
ആകാശത്തിന്റെ സാന്ദ്രനീലിമ
നിന്റെ സ്നേഹത്തിനൊപ്പം നീലഞരമ്പുകൾ)

നേർത്തതും ഇരുണ്ടതുമായ വർണ്ണങ്ങളുടെ
ഗാഢാലിംഗനങ്ങൾ, സുരതങ്ങൾ
അർത്ഥങ്ങളുടെ അസ്ഥി കൊഴിയുന്ന
നിറങ്ങളുടെ മദനോത്സവങ്ങൾ....

തളർന്ന നാഡീഞരമ്പുകളെ
സിറിഞ്ചാലുണർത്തുന്ന സായാഹ്നം.
അസ്തമയത്തിന്റെ കൂട്ടിൽ നിന്ന്
മുറിവേറ്റ ഒരു കിളി
എന്റെ ഹൃദയച്ചുവപ്പിലേക്ക്
പാർപ്പ് മാറ്റുന്നു!

പല കാലങ്ങളിൽ ഒരു പൂവ്

ഓർക്കാപ്പുറത്ത്
ഒരു പൂവ്
ഞെട്ടറ്റ് തലയിൽ വീണാലോ?
അപ്രസക്തമായ ഒരാശങ്ക
സ്വയം പടം പൊഴിക്കുമ്പോൾ
വീണിട്ടും വീഴാത്ത
പൂപ്പുഞ്ചിരിയുമായ്
അതാ, നമ്മുടെ കുമാരനാശാൻ.
ഒരു മണമപ്പോൾ
പ്രാണൻ വെടിഞ്ഞ്
ചുറ്റിലും പരകായം ചെയ്യുന്നു.

കഷ്ടി, ഒരൊറ്റക്കടിക്ക് തികയുന്ന
ആപ്പിൾകഷ്ണവുമായി
അതേ ഐസക്ന്യൂട്ടൻ.
ചലനനിയമങ്ങളുടെ
നിശ്ചലതയിൽ നിന്നുണർന്ന്
തമോഗർത്തങ്ങളുടെ
സ്വച്ഛതയിൽ
കാണാതായ നിലവിളി.
മതിയാവില്ല,
ഒരു പൂവിന്റെ സാന്ത്വനം.

മല്ലപ്പൂ ചൂടിയ മാംസളത
രാജകീയമായി ലാളിച്ച്
രവിവർമത്തമ്പുരാൻ.
നിറങ്ങൾ നിലച്ചുപോയ
നിസ്സംഗതകൾക്ക്
ഒറ്റപ്പൂവിന്റെ റീത്ത്
അഭംഗിയാവില്ല.

പല വസന്തങ്ങൾ
ഇടിമുഴക്കങ്ങളിൽ
അടയിരുന്നിട്ടും
വിരിയാതെപോയെ
ആ നൂറു പൂക്കൾ.
പല നിറങ്ങളിൽ പകലറിഞ്ഞിട്ടും
പകലറുതിയിൽ പരിഭ്രാന്തമാവുന്ന
സഹനയൗവനം.

പൂവുകളെക്കുറിച്ച്
പാടാൻ കൊതിച്ചിട്ടും
പടപ്പാട്ടുകൾ എഴുതേണ്ടിവന്ന
കഷണ്ടിത്തലയുള്ള
പാവം കവികൾ,
കൊഴിഞ്ഞുവീണ
ഈ സുഗന്ധം
അവരുടെ രക്തമോ കണ്ണീരോ?

പൂ, വെറുമൊരു പൂവല്ല
കായും വിത്തുമാവുന്ന
സുനിശ്ചിത ഭാവിയുടെ
കാല്പനിക സൂചനകൾ.
കരിഞ്ഞും അളിഞ്ഞുംപോയ
സുദൃഢസ്വപ്നങ്ങളുടെ
നിറപ്പകിട്ടാർന്ന ഓർമ്മകൾ....

പൊടുന്നനേ
ഒരു പൂവ്
തലയിൽ വീണു.
കാലിടറി ഞാൻ
താഴെ വീണു.

പ്രണയാൽ

കരളിൽ തത്തി
മാനസം തരളിതമാക്കിയ
മധുരനോവുകൾ.

അണയാനറച്ച്
കനവുകൾ ധവളമാക്കിയ
ഹൃദയരശ്മികൾ.

നിനവുകൾക്കൊപ്പം
തെളിഞ്ഞും കലങ്ങിയും
കുതൂഹലങ്ങൾ.

പുതിയ ഗന്ധങ്ങൾ
പ്രാണനെ പൊതിയുന്ന
നിബിഡകാമനകൾ.

അലയാനുറച്ച്
അപകടതീരമണഞ്ഞ
നേരമ്പോക്കുകൾ.
നിലാവ് സ്ഖലിച്ചിറങ്ങിയ
വിജയവീഥിയിൽ
പുണർന്നുറങ്ങിയ പ്രിയവികാരങ്ങൾ.
അതീന്ദ്രിയം
സ്പർശമുകുളങ്ങൾ...
ആനന്ദഭൈരവി പാടിയാടി നാം.

അവിടെച്ചുറ്റി
ജീവിതം കടപുഴക്കിയ
പ്രണയവല്ലരി

യേസ്, യുവർ ഓണർ

കേട്ടാൽ
നിങ്ങൾക്കും ചിരിവരും
പക്ഷേ, സൂക്ഷിക്കണം
നിർഭയമായി ചിരിക്കാൻ
അവകാശമുണ്ടോ എന്ന്
നിയമപരമായി ആലോചിക്കണം
പൊതുസ്ഥലത്ത് പ്രത്യേകിച്ചും

കണ്ടാൽ
നിങ്ങൾക്കും കലികയറും
പക്ഷേ, ക്ഷമിക്കണം
ക്ഷോഭിക്കാനുള്ള അവകാശം
പിൻവലിച്ചുകഴിഞ്ഞു

പ്രതികരിക്കണമെന്നോ?
മുൻകൂർ ഉത്തരവ് വേണം
ദാനംകൊണ്ട് ദരിദ്രരായ
മൂകപ്രജകൾക്ക്
അവകാശങ്ങൾ
വ്യർത്ഥമായ അലങ്കാരമത്രെ
അതിനാൽ
പൊതു നന്മ ലാക്കാക്കി
ആ ഭാരവും
ഞങ്ങൾ എടുത്തുമാറ്റുന്നു

റിലാക്സ്!

ഒഴിഞ്ഞ പാത്രങ്ങൾ ഒച്ചയുണ്ടാക്കുമ്പോൾ

അടുക്കിവെച്ച അകം
നിറഞ്ഞ ഭരണികൾ ഇവിടെ
ഒഴിഞ്ഞ കുപ്പികൾ അവിടെ
ഗ്ലാസിവിടെ പ്ലേറ്റവിടെ...
കൃത്യം സ്ഥാനങ്ങൾ
സ്ഥായീചലനങ്ങൾ.
അടക്കവും ഒതുക്കവും
ശാലീനമാക്കിയ
സ്വന്തം അടുക്കള.

പ്രാതൽ, ചായ, ഊണ്
എനിക്ക് മീൻ, നിനക്ക് മോര്
തൊട്ടുകൂട്ടുവാൻ
അവർക്കെന്തേലും....
അറിഞ്ഞു പുൽകുന്നു
രുചിഭേദങ്ങളെ.

അകം നിറഞ്ഞ രുചികളിൽ
അനുരക്തമായ പൂമുഖം,
ഏച്ചുകൂട്ടുന്നു വെടിവട്ടം
ഒരേമ്പക്കത്തിന്റെ നിർവൃതി.

പേടിക്കാനില്ല.
എന്നേക്കുമായി പാകം ചെയ്ത
ശീലങ്ങളാണ്.
ആകസ്മികമായിപ്പോലും
ഒരവധിയില്ല.
നേരമുണ്ടാവില്ല,
പരിഭവിക്കാനും പരിഭ്രമിക്കാനും.

എന്നാലും
മനം മടുത്ത ചില പാത്രങ്ങൾ
സ്വയം തല കുത്തി മറിയും
ചിലത് കുതറിത്തെറിക്കും
അവിടെയുമിവിടെയും തട്ടി
ഒഴിഞ്ഞ പാത്രങ്ങളുടെ
കർക്കശമായ കലമ്പൽ.

ഓർക്കാപ്പുറത്ത്
അടുക്കള അലങ്കോലമാവും
വിളറിപൂണ്ട പൂമുഖം
നിശ്ശബ്ദമായല്ലോ
അല്പനേരത്തേക്കെങ്കിലും
വിറച്ചുപോയല്ലോ!

എഡിറ്റിംങ് ടേബിളിൽ

നല്ലവനായ എന്റെ ഉള്ളിലുണ്ട്
സദാ ചലിക്കുന്നൊരു കത്രിക
വെട്ടിയൊതുക്കിയും
കൂച്ചിയിണക്കിയും
ഞാൻ പോലുമറിയാതെ
എല്ലാ സന്ദർഭങ്ങൾക്കുമെന്നെ
ഏറ്റവും അനുയോജ്യമാക്കുന്നു

പോടാ മൈരേ എന്നാട്ടിയാലും
ചേട്ടാ പോരൂ എന്നേ പുറത്തെത്തൂ
മുള്ളും മുനയും ചെത്തിയൊതുക്കി
മിനുസമുള്ള ഒച്ചകൾ മാത്രം.

അലോസരമാവുന്ന കാഴ്ചകൾ
റെറ്റിനയ്ക്കപ്പുറം നീളില്ല
ഓർമ്മയുടെ ഷോക്കേസിൽ
ഓജസുറ്റ ചിരികൾ മാത്രം.

അത്ഭുതകരമാണ് ശേഷികൾ
വിദഗ്ദ്ധമായൊരു നീക്കത്താൽ
അലമുറകളെല്ലാം
അലങ്കാര സംഗീതം

കണിശമാണ് കത്രിക
കാർക്കശ്യങ്ങളെല്ലാം
കത്രിച്ച് കത്രിച്ച്
സമരസപ്പെടുത്തും.

പ്രായമേറുന്തോറും
മൂർച്ചയുമേറുന്നുവോ?
എന്തൊരു സ്വീകാര്യതയാണ്
ഈയിടെയെനിക്ക്!

ഖരം ദ്രവം

സ്വപ്നങ്ങളെന്നും ഖരരൂപം
അലിയാത്ത മുന്തിരിച്ചാറ്.
ആളുന്ന ചെന്തീയിൻ നിറം
ഭൂമിക്കറിയാത്ത പൂവിൻമണം
ചൂടാത്തൊരിന്ദ്രനീലത്തിളക്കം
ചോദ്യം ചമയ്ക്കുന്ന ഭാവം.
പഴാകാത്തൊരന്തസ്സ്; കേവല
ഛന്ദസ്സിനപ്പുറം വഴിയുന്ന ചന്തം
അന്തമില്ലാത്തൊരാഴം; അടിത്തട്ടിൽ
മുങ്ങിമരിക്കും സുഖം!

എങ്കിലും ഓർമ്മകൾ ദ്രവം
അതിരുകളലിയുന്ന വേലിയേറ്റം.
ആറാത്തൊരാത്മബലിയുടെ
ചോരവാർന്നൊഴുകുന്ന ഈണം
....
മതിലിനും മീതെ, മഴക്കാല
നിറവിൽ ചിരിക്കുന്ന രാവ്.
ചാലുകൾക്കൊന്നും വഴങ്ങാതെ
ഏകാന്തശോകമായൊഴുകുന്ന രാഗം.
ഇളകുന്ന കാഴ്ചകൾക്കപ്പുറം; നോവിന്റെ
ഇടവഴികളിൽച്ചെന്ന് നിൽക്കുന്ന സങ്കടം.
മേഘമൊളിപ്പിച്ച മാരിവില്ലിൻ താഴെ
മൂകമുലാത്തുന്നു കാലം!

ഫോക്കസ് തെറ്റിയ ഛായചിത്രങ്ങൾ

കണ്ണുരുക്കിയൊരു ജലാശയം
കൺപീലി പിച്ചിയൊരു കളിവഞ്ചി
നിന്ന നില്പിലൊരു ദൂരയാത്ര

ദൈവനേത്രങ്ങളിലഗ്നി പടർന്നപ്പോൾ
കളിവഞ്ചി ഒലിച്ചു പോവുകയും
ജലാശയം വറ്റി വരളുകയും ചെയ്തു.
ഞാനും കാമുകിയും
യാത്രാരംഭംപോലെ ഒറ്റയ്ക്കായി.
പിന്നെ,
പകലും പാതിരാവും കഴിഞ്ഞെത്തുന്ന
കിനാവിന്റെ കനി തേടിപ്പോയി.
തിരിച്ചെത്തിയപ്പോൾ
മുറ്റം നിറയെ പൂത്തുലഞ്ഞ കൃഷ്ണമണികൾ.
കാമുകിയുടെ മുലകൾക്കിടയിൽ
വിശുദ്ധ ഗർഭത്തിന്റെ ഹൃദയമിടിപ്പ്
രക്ഷകനു വേണ്ടി
അവളടയിരിക്കാൻ തുടങ്ങി

രണ്ട്
വാർത്തകളുടെ ചാരിത്ര്യം തകർത്ത്
കാഴ്ചകളുടെ കാമമുണരുന്നു.
നാടിന്റെ നെഞ്ച് കീറി, റോഡിന് കൊമ്പു മുളച്ചു.
നാടു വിട്ടോടിയവർ
കോമ്പല്ലിൽ കോർത്ത് മരിച്ചു.
ഒടുവിൽ
വിശപ്പ് ഭക്ഷണവും
മരണം മരുന്നുമായപ്പോൾ

പടിഞ്ഞാറുനിന്നൊരു കാറ്റു വന്നു.
ദൈവനേത്രങ്ങളടഞ്ഞൊരു രാത്രിയിൽ
കാളയുടെ കരുത്തായി മാറി
അടിതെറ്റി വീഴാനൊരുങ്ങുന്ന
ഭൂമിയെ താങ്ങി നിർത്തി.
ആരവങ്ങൾക്കുമാർപ്പുവിളികൾക്കുമിടയിൽ
പുതിയ രക്ഷകൻ പ്രയാണമാരംഭിച്ചു.

വെളിപ്പെടൽ

ഒരു സ്വപ്നം
വന്നു ചേരാനുണ്ട്.
അബോധങ്ങളിൽ പരിലസിക്കും
ആഴങ്ങളെ ആശ്ലേഷിക്കും
ആന്ധ്യങ്ങളെ ആക്രമിക്കും
ഒരു വെളിച്ചപ്പെടൽ.
അനായാസം നീന്തിയെത്തും
ഏതു മോഹസാഗരവും.
എത്ര ആയത്തിൽ വീശിയാലും
വലയിലാവില്ല
ഇരുളാണ് ഇര.
വേട്ടയ്ക്കെന്തൊരു വെൺമ.

വന്നു, വന്നില്ല...
വന്നില്ല, വന്നു.
അഗാധമായ വെളിപ്പെടൽ
ഛെ! തോന്നലുകൾ
ഒന്നിനെത്തന്നെ
നിനച്ചിരുന്നിട്ടാവും.
(ക്ഷമയ്ക്കും ഒരതിരില്ലേ?)
പലവഴി പായട്ടെ ചിന്തകൾ
കണ്ടുകിട്ടിയാൽ
ജീവനോടെയോ അല്ലാതെയോ
വെളിപ്പെടുത്തുക. ഇല്ലെങ്കിൽ
ആ വെളിച്ചവും
ഇരുട്ടാക്കുക.

ഒറ്റ പ്രാർത്ഥന

ശതകോടി മോഹചിന്തകൾ
കരളും കരാളമാം
കൊടും തമസ്സിനാൽ
ഹൃദയമേ, നിന്റെ
വസന്തമൗനങ്ങൾ....

കെടാതെ കാക്കട്ടെ
ഒറ്റ നക്ഷത്രത്തിൻ
ഇച്ഛതൻ ശക്തിയാൽ
വെറവെടിഞ്ഞു
വെടുപ്പായ മാകാശം.

അഭിമുഖം

വരാനുള്ള കാലം
നിറഞ്ഞ പ്രതീക്ഷകളുടേതാണെന്ന്
പുതിയ സൗന്ദര്യറാണി
പുഞ്ചിരിച്ച് തുടങ്ങിയതേയുള്ളൂ.
അഞ്ചംഗ കുടുംബത്തിന്റെ
കുരുതിച്ചോര
താഴെ,
ഇടറിയ വേഗത്തോടെ
സ്ക്രോൾ ചെയ്തു തുടങ്ങി.

വിശദാംശങ്ങളുമായി
അകമ്പടിവാർത്തകൾ
അച്ചടക്കത്തോടെ
മുടന്തിക്കൊണ്ടിരുന്നു,
സൗന്ദര്യത്തികവിന്റെ
ആഹ്ലാദസീൽക്കാരങ്ങളെ
ഒരു തരത്തിലും
അലോസരപ്പെടുത്താതെ.

വിശ്വസുന്ദരിപ്പട്ടത്തിൽ
മലയാളം മുത്തമിടുന്നത്
ഈ ചുണ്ടുകളിലൂടെയാവും.
വിപണിയുടെ ഹൃദയത്തിൽ
മിനുസമുള്ള ശരീരം കൊണ്ട്
ഒരു അടയാളപ്പെടുത്തൽ.

ഉരുൾപൊട്ടിയ ദാരിദ്ര്യം
കടപുഴക്കിയ താഴ്വാരങ്ങൾ
അനാഥമായ്
പതുക്കെ

ഒലിച്ചുപൊയ്ക്കൊണ്ടിരുന്നു.
വിജയവാർത്തകളുടെ
ആരവങ്ങളിൽ
നിലച്ചുപോയ നിശ്വാസങ്ങൾ
മുങ്ങിത്താണു.

''മലർക്കെത്തുറക്കുന്ന ലോകം
അവസാനമില്ലാത്ത
അവസരങ്ങളുടേതാണ്.
എന്നിട്ടും
നമ്മുടെ കുട്ടികൾ
ക്യാറ്റ് വാക്കിലും
ഫാറ്റ് കൺട്രോളിലും
ഒരുപോലെ ശ്രദ്ധിക്കുന്നില്ല.
സങ്കോചമില്ലാതെ സംസാരിക്കാൻ
പരിശീലിക്കുന്നേയില്ല...''

അതിരുകൾ ഭേദിക്കുന്ന സൗന്ദര്യം
അണപൊട്ടിയ പരിഭവമായി
തുടുത്തപോയ ഇടവേളയിലേക്ക്
കോസ്മെറ്റിക് ലാവണ്യങ്ങളുടെ
സൗമ്യസാന്ത്വനം

ഗത്യന്തരമില്ലാതെ
ഇടയിൽ ഞെരുങ്ങിയ
പരാജയങ്ങൾ
ചത്തുപോയവരുടെ മനസ്സിൽ
തലകീഴായി
തൂങ്ങി
കിടന്നു.

പരസ്പരം

അത്രയ്ക്ക് നിർബന്ധമാണെങ്കിൽ
ഈ പൂച്ചക്കുട്ടിയെ സ്നേഹിച്ചോളാം.
ആർദ്രമായ നാക്കു നീട്ടി
എന്റെ മനസ്സിനെ
തൊട്ടുനക്കാൻ വരരുതെന്ന് മാത്രം.

നിർവ്വാഹമില്ലെങ്കിൽ
ഈ കളംകളം സ്നേഹത്തെ
എന്റെ മാത്രമെന്ന്
ആർത്തുവിളിക്കാം.
കുഞ്ഞലകളുടെ പ്രലോഭനം
സ്ഫടികനിശ്ശബ്ദതയിലേക്ക്
കൈപിടിച്ചിറക്കില്ലെങ്കിൽ

ഒരൊറ്റ പൂവിനാൽ
ഒരുപാട് വസന്തമെന്ന്
തലതൊട്ടാണയിടാം
പലതരം പൂക്കളെ
മാറിമാറി മണക്കുവാൻ
അതൊരു തടസ്സമാവില്ലെങ്കിൽ

മറ്റു മാർഗ്ഗമില്ലെങ്കിൽ
നിനക്കൊപ്പവും വരാം
'പങ്കിട്ടെടുക്കാം പരസ്പരം'
എന്ന പല്ലവി പാടില്ലെങ്കിൽ
അത്രമേൽ ജീവനാണെനിക്ക്
നിന്നെയും എന്നെയും

മതിമേഖല

അടുക്കായും ചിട്ടയായും
ഓമനിച്ചു വളർത്തിയ
അഴകാർന്ന അബോധവനം
എന്റെ പ്രിയ തപോവനം

മധുരം കിളിനാദം
നിറഞ്ഞ ചില്ലകൾ,
കലമ്പും ചിന്തകളൊലിച്ചുപോവുന്ന
അരുവികൾ, കനവുകൾ
അലസമുലാത്തുന്ന
പുളിനങ്ങൾ...

മറവിതൻ മലമടക്കുകൾ
മാംസളസ്മൃതികളായ്
മാമ്പഴമധുരങ്ങൾ
എത്രമേൽ വിരതികൾ
പിന്നെയും പിന്നെയും
തമ്മിൽ പുണർന്നാടും
നാഗസൗന്ദര്യങ്ങൾ...

സ്വച്ഛം സുരഭിലം
കാഴ്ചകൾ
കാറ്റേറ്റുറങ്ങട്ടെ
കാനനഛായയിൽ.

രണ്ട്
സ്വപ്നത്തിന്റെ ചുരമിറങ്ങി
പ്രാചീനം ഒരീണത്തിന്റെ

ചിന്നംവിളി
വന്യതയുടെ വാതിൽ തകർത്ത്
പ്രാക്തനഗന്ധത്തിന്റെ
പരിലാളനം.
അടുക്കും ചിട്ടയും തെറ്റി
ഇളകിയാടുന്ന കാനനം.
ഒടിഞ്ഞ ചില്ലകൾതോറും
സ്വാസ്ഥ്യമൊഴിഞ്ഞ
ഉറുമ്പിൻകൂട്, വരണ്ട കിനാച്ചോല,
നിറയെ ശൂന്യമാം മുഴക്കങ്ങൾ.

സ്മൃതികളൊക്കെയും
കയ്ക്കും കാഞ്ഞിരം.
പക ഫണം നീർത്തും
പല വിചാരങ്ങൾ....

കാറ്റുലച്ച കാടുപേക്ഷിച്ച്
നാട്ടിലോടിയെത്തുമ്പോൾ
അസ്ഥിരം മനോരാജ്യത്തിൽ
എനിക്കൊരു സിംഹാസനം.
ചെമ്പരത്തിപ്പൂ കിരീടം!

കനലു കായുന്ന ഹൃദയം

കുറുമ്പനായ കുട്ടിക്കാലം
നിഷേധത്തിന്റെ വെയിലത്ത് പൊട്ടിമുളച്ച
കരുത്തിന്റെ വിത്ത് തന്നു.

അമ്മയുടെ ശകാരങ്ങളിൽ
പതുങ്ങിയൊളിച്ചും
അച്ഛന്റെ ചൂരൽപ്പാടുകളിൽ
തിണർത്ത് പൊങ്ങിയും
അറിവിന്റെ അഴലായ് വളർന്നു.
നൈർമ്മല്യത്തിന്റെ പച്ചിലകൾകൊണ്ട്
ലോകത്തെ ഹസ്തദാനം ചെയ്തു.

ഉടലു തേടിയിറങ്ങിയ ചിന്തകൾ
കൗമാരത്തിന്റെ വളക്കൂറിൽ വേരുപിടിച്ചു
വേരാഴ്ന്ന് കിനാവിന്റെ കന്മതില് പൊട്ടുന്നു.
ജീവന്റെയുറവയിൽ മരം തളിർക്കുന്നു.

ചില്ലതോറും നിറയുന്ന
വാക്കുകളുടെ തേൻ കൂടുകൾ
ചോദിക്കുന്നവർക്കൊക്കെ
തേനിന്റെ മധുരവും
തേനീച്ചയുടെ കുത്തും!

മൂക്കുചീറ്റിയെത്തിയ
തെമ്മാടിക്കാറ്റിൽ
അനുസരണയുടെ സ്ഫടികപ്പാത്രം
വീണുടയുന്നു.
അഭയത്തിന്റെ തണലു തേടി വന്നവർ

ഹൃത്തിലേറ്റ കുപ്പിച്ചില്ലുമായി,
കണ്ണീരൊലിപ്പിച്ച് വഴിമാറിപ്പോയി.

ഹൃദ്രക്തം പുരണ്ട സ്ഫടികദളങ്ങളിൽ
കാഴ്ച തട്ടുമ്പോൾ
മഴവില്ലിന്റെ ഏഴു നിറങ്ങൾ!
കണ്ണീരുവീണ ശിഖരങ്ങളിൽ
കാറ്റു മുട്ടുമ്പോൾ
സംഗീതത്തിന്റെ സ്പതസ്വരങ്ങൾ!!

നിറങ്ങളുടെ നൃത്തത്തിനൊപ്പം
സ്വരങ്ങളുടെ താളത്തിനൊപ്പം
മാറുന്ന ശീലക്കുട നിവർത്തുന്നു.
ഇപ്പോഴിതാ
പട്ടുസാരിയണിഞ്ഞ വസന്തയൗവനത്തിന്
ഉള്ളു തുറക്കവേ,
എന്റെ ഹൃദയവിശാലതയിലഭയം പാർത്ത
പൂക്കാലത്തിന്റെ മഞ്ഞക്കിളികൾ
ഒഴിഞ്ഞ ചിറകുകളുമായി
പറന്നു പോവുന്നു.

മച്ചിക്കടൽ

കടലിന്റെ
നെടുനീളൻ ആലിംഗനങ്ങൾ
കരയ്ക്ക് സമ്മാനിച്ച
കോൾമയിരത്രെ
ഈ മണൽപ്പരപ്പ്.
അമർന്നിരിക്കുമ്പോഴറിയാം
പിടഞ്ഞൊഴിയുന്ന, അവയുടെ
ചെറു സ്വകാര്യങ്ങൾ.

അലകളുടെ തിരസ്കൃത സ്നേഹം
ഈറനണിയിച്ച
അസംഖ്യം ഓർമ്മകൾ...
ഒറ്റനോട്ടത്തിലറിയാം
അലിഞ്ഞുണങ്ങിയ
കണ്ണീരുപ്പ്.

എത്ര ചിരികൾ വീണുടഞ്ഞ സ്വരങ്ങൾ
ഒളിഞ്ഞിരിക്കുന്നു?
എത്ര സ്മൃതികൾ ഒലിച്ചുപോയ ഖേദം
മറഞ്ഞിരിക്കുന്നു?

പിന്നെയും
ഒരിഷ്ടം, മറ്റൊരിഷ്ടത്തെ
ചുംബിച്ചകറ്റുന്നു.

മഹാവേദനയിൽ
സദാ പിടയും
ഒരുടൽ
എല്ലാ ഒഴുക്കുകളും
വന്നു ചേരുന്നിടം
ഒരു കൈത്തോടിന് പോലും
ഉറവയാകാത്തിടം.

കഠിനം

വ്രണിതചിന്തകൾ വെടിഞ്ഞ്
സ്വപ്നത്തിൽ
പകൽവെളിച്ചം പുരട്ടിയ ചങ്ങാതി,
വരുമൊരു കാലം
എന്നറിയിക്കുവാൻ
സ്വയം തിരശ്ശീല
വലിച്ചു താഴ്ത്തുന്നു.

ഇളകിയാടുന്നു കൺമുമ്പിൽ
ഇരുളും വെട്ടവും തീർത്ത
തോന്ന്യാസം.

കാറുമൂടിയും
കാറ്റുലച്ചും
താറുമാറായ ജീവിതം.

തമസ്സെടുക്കുന്നു
സമീപദൃശ്യങ്ങൾ
പ്രഭ ചൊരിയുന്നു
വിദൂര നക്ഷത്രം

അടുത്തെത്തുന്തോറും
അകന്നു പാറുന്ന
കഠിന സ്നേഹമേ,
നിന്റെ ചിറകരിഞ്ഞു ഞാൻ
ഹൃദയനീഡത്തിൽ
സ്വതന്ത്രമാക്കട്ടെ.

പാമ്പാട്ടി

സായാഹ്നസർപ്പം
ഉറയഴിച്ചിട്ട
ഈറൻ മഞ്ഞ.

ഇഴഞ്ഞെത്തുന്നു
പ്രാണൻ പറന്നകന്ന
ഇച്ഛകളുടെ കൂട്ടിൽ.

വരിഞ്ഞു ചുറ്റുന്നു
ഗാഢസ്നേഹമായ്
ഉള്ളിലേക്കുരിഞ്ഞിറങ്ങുന്നു
മഞ്ഞകക്കിയ ഒരോർമ്മ.

(നിറങ്ങളുടെ നിത്യതീർത്ഥാടകൻ
മനമിടറിയ മഞ്ഞമല.
പാതിരാവിലും പൂക്കുന്ന
അവന്റെ സൂര്യകാന്തികൾ...)

മഞ്ഞുമൂടിയ മനസ്സിൽ
മരണാസന്നനിശ്ശബ്ദത.
ഇല കൊഴിഞ്ഞ ശിശിരത്തിൻ
തണുത്ത നഗ്നത.

അപരിചിതമായ വർണ്ണങ്ങൾ
ഫണം നീർത്തിയാടുമ്പോൾ
അഭിമുഖം നിന്ന് കുഴലൂതി
പാട്ടിലാക്കണം
സ്വന്തം പ്രാണനെ!

പ്രണയ മൃഗങ്ങൾ

പരസ്പരം തിന്ന്
ഇറച്ചി തീർന്നുപോയ്
ഇരുമൃഗങ്ങൾ നാം
എല്ലിൻ
കടുത്ത ഭാഷയിൽ
തുടങ്ങി സ്നേഹിതം.

അനേകം രാപകൽ
അലിഞ്ഞു ചേർന്നൊരാ
മഹാനിമിഷത്തിൻ
വനാന്തരങ്ങളിൽ
കഠിന ഗ്രീഷ്മങ്ങൾ
അലസം കൊറിച്ച നാം
അടിയിരുന്നെത്ര
പരിഭവപ്പാതിര?.....

അശക്തമുമ്മകൾ
അടർന്നു വീഴുമ്പോൾ
ഉണർന്ന പാടുകൾ,
പിടയ്ക്കുമുള്ളത്തിൽ
പിറക്കും വീര്യങ്ങൾ...

ഒളിച്ചു വെക്കുവാൻ
രഹസ്യമല്ലാതെ
സ്വയം വെളിപ്പെടും
കൊഴുത്ത നേരുകൾ,
കിനിഞ്ഞിറങ്ങുന്നു
കുടുസ്സുകൾതോറും
അലിഞ്ഞുപോയല്ലോ

പഴേ തിണർപ്പുകൾ
പല പ്രകാരത്തിൽ
ജീവിതം നമ്മളിൽ
പ്രണയശല്ക്കങ്ങൾ
തീർക്കുന്നു പിന്നെയും.
പതിയെ മാംസമായ്
പരിണമിച്ചിടാം,
വിശപ്പ് മൂക്കുമ്പോൾ
കടിച്ചുകീറുവാൻ.....

നിഴൽനൃത്തം

പലരേയും താണു തൊഴുത്
പല ഭാഷയിൽ ചിരിച്ചുലഞ്ഞ്
കണ്ണിൽ കണ്ണിൽ കള്ളങ്ങൾ വിളമ്പി
വിജയകരമായ് അഴുകിയളിഞ്ഞ
ഒരു ദിവസത്തിന്റെ ചെളിക്കുണ്ടിൽ
എന്റെ നിഴലിനെ കാണാതായി.

എല്ലാ കുതിപ്പുകൾക്കും
ഒരു ചുവട് മുന്നിലായിരുന്നു.
ഇടർച്ചകളിലോ,
എനിക്കു മുമ്പേ അടിതെറ്റുമായിരുന്നു.
പതുങ്ങിയൊളിച്ചും
പത്തി നീർത്തിയും
പല കാലങ്ങളിൽ എനിക്ക്
വഴികാട്ടിയിട്ടുണ്ട്.
പരാതികളില്ലാതെ
പുറകെ വന്നിട്ടുണ്ട്.

പരസ്പരം തള്ളിപ്പറഞ്ഞിട്ടില്ല
ഉള്ളിലേറ്റു വാങ്ങിയിട്ടില്ല.
അവിടെയും ഇവിടെയുമില്ലാത്ത
അനിശ്ചിത സ്വാതന്ത്ര്യത്തിന്
അടിമപ്പണി ചെയ്തുവന്നിരുന്നു.

അന്നു രാത്രി തുറക്കാനിരുന്ന
സ്വപ്നത്തിന്റെ കൊച്ചുപെട്ടിയിൽ
ഒരു സ്വകാര്യമൊളിച്ചുവെച്ച്
ഒറ്റയ്ക്കൊളിച്ചോടുകയായിരുന്നു:
''നീ നീയായിരിക്കുമ്പോൾ
എനിക്കൊരു നിഴൽജീവിതമുണ്ട്

നീ തന്നെ നിഴലാകുമ്പോൾ
എനിക്കെന്നെ ഒറ്റുകൊടുക്കേണ്ടിവരുന്നു.''
തൊണ്ടയിലിടറിയ ദുഃഖങ്ങൾ
ഇനിയാരോട് നിലവിളിക്കും?
ഉല്ലാസത്തിന്റെ പുള്ളിമാൻ കൂട്ടം
ഏതൊരു തണലിൽ മേയും?
എല്ലും തോലുമായ മനസ്സിന്റെ
ബാക്കിയായ പച്ചയിൽ
ആഴത്തിൽ കുത്തിയിറക്കിയ നോവ്.....

മുന്നിൽ തളിരിട്ട് നിൽക്കുന്നു
ഏകാകികളുടെ ഏദൻ
വന്ധ്യമായ വസന്തം.

തല ഉയർത്തി, ഒലി മുഴക്കി
നൃത്തം ചവിട്ടുന്ന നിഴൽക്കൂട്ടത്തിൽ
എവിടെന്റെ നിഴൽ?
അല്ല, നിഴലിന്റെ ഞാൻ

www.ingramcontent.com/pod-product-compliance
Lightning Source LLC
LaVergne TN
LVHW040830051026
849519LV00007BA/2798